நிதி, சேமிப்பு, முதலீடு, வரி

கேள்வி - பதில்கள்

நிதி, சேமிப்பு, முதலீடு, வரி

கேள்வி - பதில்கள்

சோம. வள்ளியப்பன்

ZDP
SPECIFICS

Title: Panam - Nithi, Semippu, Muthaleedu, Vari
Author's Name: Soma. Valliappan

Published by ZDP Specifics

ZDP
SPECIFICS

(An imprint of Zero Degree Publishing)
No. 55(7), R Block, 6th Avenue,
Anna Nagar,
Chennai - 600 040

Website: www.zerodegreepublishing.com
E Mail id: zerodegreepublishing@gmail.com
Phone: 89250 61999

ZDP Specifics First Edition: January 2024
ISBN: 978-93-95222-42-6
TITLE NO ZDPS: 77

Layout: G.Selva Kumar
Cover Design: Vijayan, Creative Studio

சமர்ப்பணம்

தங்கை சித்ரா சுப்பிரமணியம் மற்றும்
மாப்பிள்ளை சுப்பையா அவர்களுக்கு...

பொருளடக்கம்

முதல் பதிப்பிற்கான அணிந்துரை

எஸ். கோபாலகிருஷ்ணன்

முன்னாள் துணைப் பொது மேலாளர்,
சென்ட்ரல் பேங்க் ஆப் இந்தியா மற்றும்
நிதி ஆலோசகர், சென்னை.

அன்றாட வாழ்க்கையுடன் பின்னிப் பிணைந்த அடிப்படை பொருளாதார தகவல்கள் ஆங்கிலத்தில் வெளிவருவதுபோல், தமிழ் நூல்கள் மற்றும் வார இதழ்களில் வருவதில்லை என்கிற ஆதங்கம் பலருக்கும் இருந்தது. இதனை தினமணியின் முன்னாள் ஆசிரியர் மறைந்த திரு RM.T சம்பந்தம் அவர்கள் அடிக்கடி குறிப்பிடுவார்கள். அப்போது இருந்த நிலைமைக்கு முற்றுப்புள்ளி வைத்த பெருமைக்கு உரியவர், இந்தத் துறையில் முன்னோடி எழுத்தாளரான திரு. சோம. வள்ளியப்பன்.

பணம் மற்றும் முதலீடுகள் பற்றிய சிக்கலான விஷயங்களையும் எளிமையாக, எவருக்கும் புரியும்படியாக, அதே சமயம் சுவாரஸ்யமாக சொல்லுகிற வித்தையில் சோம. வள்ளியப்பன் வல்லவர். அவர் எழுதிய 'அள்ள அள்ள பணம்' உள்ளிட்ட முதலீடு தொடர்பான

நூல்களும், சுய முன்னேற்றம் மற்றும் மனிதவள மேம்பாடு பற்றிய பல நூல்களும் இதற்கு சான்று.

பல லட்சக்கணக்கான ஆனந்தவிகடன் மற்றும் குமுதம் வாசகர்களால், வாரம்தோறும் விரும்பிப் படிக்கப்பட்டு, மிகுந்த வரவேற்பையும், பாராட்டையும் பெற்றன இவரது முதலீடுகள் பற்றிய கட்டுரைத் தொடர்கள். திரு. வள்ளியப்பனது தொலைக்காட்சி நிகழ்ச்சிகளும் நேயர்களின் விருப்பத்துக்கு உரியவையாகவே இருக்கின்றன.

இதுவரை வெளிவந்த நூல்களில் இருந்து வித்தியாசமாக இந்த நூல், கேள்வி-பதில் வடிவில் அமைந்துள்ளது வரவேற்கத்தக்கது. ஒருவர் கேள்வி கேட்க, ஒருவர் பதில் சொல்ல, அதைப்படிக்கும்போது, அதில் ஒரு அலாதி சுவாரஸ்யம் இருக்கிறது அல்லவா? இந்த புத்தகத்தில் உள்ள பல கேள்விகள் அவ்வப்போது நம் மனதில் எழும் கேள்விகள்தான் என்பதும் கூடுதல் சுவாரஸ்யத்திற்கு காரணம்.

பணத்தை சேமிக்க எளிய வழி என்ன என்ற கேள்விக்கு, எத்தனை எளிய, நடைமுறை சாத்தியமான பதில் தந்திருக்கிறார்! கஷ்டப்பட்டு சம்பாரித்த பணத்தை, அதைவிட அதிக சிரமப்பட்டு சேமித்த பணத்தை, எப்படி பாதுகாப்பாக முதலீடு செய்வது என்பதை வெகு நேர்த்தியாக விளக்குகிறார் நூலாசிரியர்.

நம் வாழ்க்கையில் ஒரு அங்கமாகிவிட்ட அஞ்சலக முதலீடுகளில் ஆரம்பித்து, வங்கி டெபாசிட்டுகள், பொதுவருங்கால வைப்பு நிதி (PPF), தேசிய சேமிப்பு பத்திரங்கள் (NSC) என பல்வேறு வாய்ப்புகளை விளக்குகிறார் ஆசிரியர். உதாரணமாக சிட்பண்டு, ரியல் எஸ்டேட் , தங்கம், வெள்ளி, பரஸ்பர நிதி(மியூச்சுவல் பண்டு), பங்குச் சந்தை என எந்த ஒரு முதலீட்டு வாய்ப்பினையும் விளக்கத் தவறவில்லை நூலாசிரியர்.

முதலீடுகளையும் கடந்து, வங்கிகளில் CRR என்றால் என்ன? பணவீக்கம் சாதாரண மக்களையும் எப்படி பாதிக்கிறது? ரூபாய் மதிப்பு சரிவது ஏன்? டாலர் மதிப்பில் மாற்றம் ஏற்படக்காரணம் என்ன? பெட்ரோல் விலை ஏற்றம் தவிர்க்க கூடியதா? போன்ற இடியாப்ப சிக்கலான விஷயங்களையும்கூட எளிமையாக, அதே நேரம் முழுமையாக தெளிவுபடுத்துகிறார் திரு. சோம. வள்ளியப்பன்.

முதலீடுகள் தவிர, வீட்டில் இருந்தபடியே பணம் சம்பாரிப்பது எப்படி? என்பதும் இந்த நூலில் இடம் பெற்றுள்ளது. உள்நாட்டுப் பொருளாதாரம் தவிர, G-20 போன்ற சர்வதேச சமாச்சாரங்களையும் இவர் விடவில்லை.

ஆக, பொருளாதார புரிதலையும், உழைத்து ஈட்டிய பொருளை பாதுகாப்பாக முதலீடு செய்வதற்கான தெளிவையும் தரும் இந்தப் புத்தகம், தமிழ் வாசகர்களுக்கு ஒரு பொக்கிஷம் என்றால் அது மிகை இல்லை.

அருமையான இந்த நூலை படைத்திருக்கும் திரு. சோம. வள்ளியப்பன் அவர்களுக்கும், பயனுள்ள இந்த நூலை பதிப்பிக்கும் பதிப்பாளருக்கும் எனது மனப்பூர்வமான பாராட்டுகள், வாழ்த்துகள்.

- எஸ்.கோபாலகிருஷ்ணன்
சென்னை
15.12.2011

முன்னுரை

தமிழர்களின் இதயத்துடிப்பு என்ற அடைமொழியுடன் வெளிவரும் வாரப் பத்திரிகை. ஒரு காலத்தில், மக்களால் மிகவும் விரும்பி படிக்கப்பட்ட பல்சுவை இதழ்; முதலில் சில லட்சம் பிரதிகள் என்ற உச்சம் தொட்ட சாதனை செய்த, பல்சுவை இதழ்; ஆசிரியர் SAP அண்ணாமலை அவர்களால் உருவாக்கப்பட்ட, ரா.கி.ரங்கராஜன், ஜா.ரா. சுந்தரேசன் ஆகியோர் கைவண்ணத்தில் ஜொலித்த தமிழ் பத்திரிகை, குமுதம்.

அந்தப் பத்திரிகையில் என்னை தொடர் எழுத கேட்டார்கள் என்பதே மிகவும் மகிழ்ச்சிக்குரிய விஷயம். முதலில், 'பணம் பண்ண ரெடியா?' என்ற தொடர். அதற்கு சுவரொட்டிகள். 19 வாரங்கள். அது முடிந்தவுடன் மற்றொரு தொடர் எழுதச்சொல்லி கேட்டார்கள். அடுத்த வாரமே 'பணமே ஓடிவா' என ஆரம்பித்து அது 23 வாரங்களுக்கும் மேலாக போனது. அதை முடிக்கச் சொல்லி, அது முடிந்த வாரமே, அதே குமுதம் இதழில் பின் இணைப்பில் மற்றொரு தொடர், 'பணம்: சந்தேகங்கள் விளக்கங்கள்' எழுதச் சொன்னார்கள். அது கேள்வி-பதில் பகுதி.

நான் அதுவரை கேள்வி-பதில் எழுதியதில்லை. எனக்கு பழக்கம் இல்லாத புதிய பகுதி... அதிலும் குறிப்பாக குமுதத்தில் அரசு பதில்களின் தீவிர ரசிகன் நான். அதன் பிறகு பல பிரபலங்கள் கேள்வி-பதில் பகுதி எழுதி இருக்கிறார்கள். அப்படிப்பட்ட பத்திரிகையில் கேள்வி - பதில் பகுதியை எழுத வேண்டும் என்பது இன்ப அதிர்ச்சியாக இருந்தது.

சம்மதித்தேன். குமுதம் அலுவலகத்தில் இருந்து வாராவாரம் தபால்களில் வந்த கேள்விகள் என் வீட்டிற்கு அனுப்பி வைக்கப்படும். போஸ்ட் கார்டுகள், இன்லேண்ட் லெட்டர்களில் வாசகர்கள் கேட்கும் கேள்விகள்.

பலருக்கும் பலனுள்ளதாக இருக்கும் என்று நான் நினைத்த சில கேள்விகளை தேர்ந்தெடுத்து பதில் எழுதி அனுப்பிவிடுவேன். சில கேள்விகள் அவர்களுடைய 'தன் ஊக்க குறைவு' *Lack of motivation* குறித்தும் இருக்கும்.

25 வாரங்களுக்கும் மேலாக வந்த அந்தப் பகுதி பிறகு நிறைவுபெற்றது. வெகு நாட்களாக ஒரு புத்தகம் கேட்டுக்கொண்டிருந்த வானதி பதிப்பகத்திடம் 'சில சந்தேகங்கள் விளக்கங்கள்' என்கிற பெயரில் அதைப் புத்தகமாக கொடுத்தேன். திரு. மனோஜ் அவர்கள் வடிவமைத்து கொடுத்திருந்தார்கள்.

என் மீது பிரியமும் அபிமானமும் கொண்டிருந்த எனக்கு முன்பிருந்தே பொருளாதாரம் குறித்த கட்டுரைகள் தினமணியில் எழுதிக் கொண்டிருந்த 2022ல் மறைந்த திரு. கோபாலகிருஷ்ணன் அவர்களிடம் அணிந்துரை கேட்டு வாங்கி சேர்த்தேன்.

2011 இல் வெளிவந்த அந்த புத்தகம் அடுத்த ஓரிரு ஆண்டுகளுக்கு பொருத்தமாக இருந்தது. காரணம், அதில் சில கேள்விகள் 2008, 2009 ஆண்டு உலக பொருளாதார பிரச்சனைகள் குறித்தும், அதுசமயம் இன்சூரன்ஸ் துறையில் ஏற்பட்டிருந்த மாற்றங்கள் குறித்தும், அப்போதைய 'கரண்ட் அபையர்ஸ்' ஆக இருந்தது.

வேறு பதிப்புகள் செய்யாமல் இருந்த நிலையில், வாசகர்கள் சிலர் புத்தகம் மீண்டும் எப்போது கிடைக்கும் என்று கேட்டுக் கொண்டே இருந்தார்கள். அதில் குறிப்பாக சென்னை ஆடிட்டர் ஜெனரல் அலுவலகத்தில் பணிபுரிந்து ஓய்வு பெற்ற திரு. கலியமூர்த்தி அவர்கள்.

2023 ஜீரோ டிகிரி பப்ளிகேஷன் பிரசுரிக்க கொடுக்க என்னுடைய சில புத்தகங்களை தேர்வு செய்தபோது இந்த புத்தகம் கண்ணில் பட்டது. இப்போதைக்கு பொருத்தம் இல்லாத தேவையில்லாத கேள்விகளை நீக்கிவிட்ட பிறகு இருந்த கேள்வி - பதில்களின்

அளவு சற்று குறைவாக இருந்தது. அதனால் பலரிடம் அவரவர்களுக்கு பணம், பொருளாதாரம், வரி போன்றவை குறித்து இருக்கும் சந்தேகங்களை, கேள்விகளாக கேட்டு வாங்கி, அதையும் சேர்த்து புத்தகமாக்கி ஸீரோ டிகிரி பப்ளிகேஷனில் கொடுத்தேன்.

சில வாசகர்களுக்கு மிகவும் பிடித்த வடிவமான, கேள்வி - பதில் வடிவத்தில் இந்த புத்தகம் சிறப்பாக வருவதற்கு திரு. நரசிம்மன் அவர்களும் திரு. செல்வகுமார் அவர்களும் பெரிய ஒத்துழைப்பு கொடுத்தார்கள்... அவர்களுக்கு என்னுடைய மனமார்ந்த நன்றி.

வாசக பெருமக்களுக்கு ஒரு வேண்டுகோள். பணம், பொருளாதாரம், நிதி, கச்சா எண்ணெய், தங்கம், கடன், வரி, வட்டி போன்ற எது குறித்தும் உங்களுக்கு ஏற்படும் சந்தேகங்களை நீங்கள் என்னுடைய writersomavalliappan@gmail.com மின்னஞ்சலுக்கு எழுதலாம். அடுத்தடுத்த பதிப்புகளில் சேர்த்துக்கொண்டு விடுவோம்.

வாழ்த்துகள்...

சோம. வள்ளியப்பன்

2015ம் ஆண்டுபோல மீண்டும் ஒருமுறை மழை பொழிந்து தள்ளியதில், நீரோடும் சாலைகளுடன் மின்சாரமும் இல்லாத கடுமையான நாளான 4.12.2023.

1. தங்கம்

1. தங்கம் அளவு ஏன் வைரமோ பிளாட்டினமோ பிரபலமாகவில்லை?

– விஜய், சென்னை

முதல் காரணம், தங்கத்தைவிட வைரமும், வைரத்தைக் காட்டிலும் பிளாட்டினமும் விலை அதிகம் என்பது. பித்தளைப் பாத்திரம், வெள்ளிகொலுசு, தங்க வளையல், வைர மோதிரம் என்கிற ரீதியில்தானே பயன்பாட்டில் இருக்கின்றன. எங்கே தங்க கொலுசு, வைர வளையல், பிளாட்டினப் பாத்திரம் என்று கொஞ்சம் மாற்றி யோசித்துப் பாருங்கள்!

விலை மட்டுமில்லை. தங்கத்தின் குன்றாத பிரபல்யத்திற்கும் புகழுக்கும் வேறு சில காரணங்களும் இருக்கின்றன. (1) வெறும் 100 ரூபாய்க்கு கூட, (பொட்டுத்) தங்கம் வாங்கிவிடலாம். (2) எந்த வியாபாரியிடம் போனாலும், தங்கத்திற்கு ஒரே மதிப்புதான். (3) உலக அளவில் 'ஹால் மார்க்' என்று எவரும் கண்டறியகூடிய தர நிர்ணயம் அந்த மூன்றில் தங்கத்திற்கு மட்டுமே உண்டு.

வைரம் அப்படியல்ல. கடைக்கு ஒரு விலை சொல்லுவார்கள். வைரம் வெட்டப்பட்டிருக்கும் (கட்டிங்) விதத்தை வைத்தும் அதன் விலை மாறும். போதாதற்கு சில வைரங்களில் 'தோஷம்' என்கிற பிரச்சனைகளும் உண்டு (காசைக் கொடுத்துவிட்டு... தேவையா!). வைரம், தங்கத்திடம் தோற்பதற்கு இன்னொரு முக்கிய காரணம், காலப்போக்கில், குறிப்பிட்ட வைர நகைகளின் விலை உயரவே செய்யும் என்று உறுதியாக சொல்லமுடியாது.

உலகெங்கிலும் அரசாங்கங்களோ குடிமக்களோ, அவர்களின் ஓட்டு எப்போதுமே தங்கத்திற்குதான். வைரத்துக்கு இல்லை. என்னது... பிளாட்டினமா? அது போட்டியிலேயே இல்லைங்கைய்யா. காரணம், அப்படி ஒன்று இருப்பதே அதிகம் பேருக்கு தெரியாது. அதனால் பிளாட்டினத்தை வாங்குவதும், அதைவிட முக்கியமாக திரும்ப விற்பதும் சிரமம்.

2. அதென்ன 913? அப்படியென்றால் சுத்த தங்கம் என்று அர்த்தமா?

– நந்தினி, பெரம்பூர்

24 காரட் தான் சுத்த தங்கம். ஆனால், சுத்த தங்கம் கொஞ்சம் மிருதுவானது. உறுதி சற்று குறைவு. கையால் வளைத்தால் வளையும். லேசாக இடிபட்டால் கூட நெளியும். அதனால் அதனுடன் செம்பு சேர்த்துதான் நகை செய்வார்கள்.

பொதுவாக, 22 பங்கு தங்கத்திற்கு 2 பங்கு செம்பு என்கிற அளவிலே சேர்ப்பார்கள். அதனால் தான், நகைகளை 22 கேரட் என்கிறார்கள். அதை மிகச்சரியாக சொல்வதென்றால், சுத்த தங்கம் ஆயிரத்திற்கு சமம். மேலே பார்த்த 22/24 என்ற விகிதத்தில் செம்பு சேர்த்தால், அது 913-க்கு சமம். அதுதான் 'நைன் ஒன் திரி' (913).

3. தங்கம் விலை குறைய வாய்ப்புள்ளதா?

– ஸ்ரீவித்யா, கோயம்பேடு

தங்கத்தின் விலை அவ்வப்போது உலக அரசியல், பொருளாதார நிலைகளைப் பொறுத்து மாறிக்கொண்டேயிருக்கும். நீண்டகாலம் என்று பார்த்தால் உயரவே செய்யும். நீங்கள் வியாபாரி இல்லை, முதலீட்டாளர் இல்லை என்றால் விலை இறங்குவதை வாங்கும் வாய்ப்பாகவே பாருங்கள்.

முதலீட்டாளர் என்றால் தங்கமாக வாங்குவதற்கு பதில் அரசு வெளியிடும் தங்க பாண்ட் – 'சாவரின் கோல்ட் பாண்ட்' வாங்கலாம். விலை உயர்வு தவிர ஆண்டுக்கு 2.5 சதவீதம் வட்டியும் கிடைக்கும்.

வர்த்தகர் என்றால்... அது வாங்கும் நேரத்தைப் பொறுத்தது.

4. பேங்குகளில் விற்கும் 24 கேரட் தங்கத்தை வாங்குவது நல்லதா? அல்லது நகைக் கடைகளில் விற்கும் 24 கேரட் தங்கத்தை வாங்குவது நல்லதா?

– முத்துமாணிக்கம், ஆராவயல்

அடுத்த கேள்விக்கான பதிலைப் பாருங்களேன்.

5. என்னிடம் இருக்கும் தங்க நகைகளை அடகு வைத்து பணம் பெற்று, அந்தப் பணத்திற்கு மேலும் புது தங்க நகைகள் வாங்கி சேர்க்கிறேன். பிறகு என் சம்பளப் பணத்தில் சேமிப்பதை வைத்து, அடகு நகைகளை மீட்கிறேன். என் அணுகுமுறை சரிதானா?

– சத்யா, அடையாறு

உங்களுக்கு மொத்தம் மூன்று சபாஷ்கள்.

சபாஷ் - 1

நீங்கள் செய்வது ஒரு நல்ல சுழற்சி. கையில் சும்மா இருக்கும் சொத்தை (Idle Asset - தங்கம்) முதலீடு செய்கிறீர்கள். அடகு வைக்கப்படும் தங்கத்திற்கு பங்கம் ஏதும் வராது. வீட்டில் இருப்பதற்கு பதில் அங்கே பாதுகாப்பாக இருக்கிறது. தவிர, அது உங்களுக்கு பணம் பெற்றுத் தருகிறது.

சபாஷ் - 2

கிடைக்கிற பணத்தை வீணாக செலவு செய்யாமல், மேலும் முதலீடு செய்யவே (தங்க நகைகள் வாங்கி) அதைப் பயன்படுத்துகிறீர்கள்.

சபாஷ் - 3

கையில் (சம்பளப்) பணம் வருவதற்கு முன்பாகவே அதற்கு ஒரு தேவையை உண்டாக்கிவிடுவதால் (அடகு வைத்ததை மீட்க வேண்டிய தேவை), பணம் கட்டாயமாக சேமிக்கப்படுகிறது. சேமிப்பில் இது ஒரு நல்ல யுக்தி. (வீட்டுகடன் வாங்கி வீடு வாங்கிவிட்டு பின் அதற்காக EMI கட்டுவதன் மூலம் பல வருடங்களுக்கு கட்டாய சேமிப்பு செய்வது போல.)

உங்கள் அணுகுமுறையில் சில மாற்றங்களுக்கும் வாய்ப்பு இருக்கிறது. இப்போது மூன்று ஆலோசனைகள்.

ஆலோசனை - 1

சேமிப்பு என்கிற முறையில், தங்கமாக சேர்க்கிறீர்கள் என்பதும் சரிதான். எங்கே அடகு வைக்கிறீர்கள் என்பதை சொல்லவில்லை. வங்கிகளில் அல்லது சாசுவத மற்றும் சகாய நிதிகளில் என்றால் சரி. அங்கே வட்டி குறைவாக இருக்கும். அதிகமான வட்டிக்கு பணம் வாங்கி, அதை நகை வாங்குவதில் முதலீடு செய்வது லாபத்தைத் தராது.

கட்டும் வட்டியைவிட, வேகமாக தங்கம் விலை ஏறினால் மட்டுமே அதில் லாபம் கிடைக்கும். இல்லாவிட்டால் இவ்வளவும் செய்து பாவம் உங்களுக்கு லாபம் கிடைக்காது. எனவே, விவசாயக் கடன் மற்றும் பொதுத்துறை, கூட்டுறவு வங்கிகளில் அடமானம் வைப்பது சரி.

ஆலோசனை - 2

நகைகள் வாங்கும்போதும் விற்கும்போதும், தங்கத்திற்கு கொடுக்கும் பணத்துடன் கூலி மற்றும் சேதாரத்திற்கெனவும் பணம் கொடுக்கிறோம். இதுவே நகையில் இருக்கும் வேலைப்பாடுகளைப் பொறுத்து, விலையில் ரூபாய்க்கு 15 முதல் 30 பைசா வரை கூட இருக்கும். தவிர, ஜிஎஸ்டி வரியும் உண்டு. குடும்பத்திற்கு தேவைப்படும் அளவு நகை போதுமே! மீதத்தை தங்க காசுகளாகவே வாங்கலாமே! வங்கிகளிலும் கூட இப்போது தங்க காசுகள் கிடைக்கின்றன.

ஆனால், தங்க நகைகளுக்குத்தான் கடன் கொடுப்பார்கள். தங்கத்துக்கு கொடுக்கமாட்டார்கள். அது பரவாயில்லை என்றால், தங்க காசுகளாகவே வாங்கலாம். அதனால் என்ன? சேமிப்பில் இருந்தே வாங்கிவிட்டுபோவது!

ஆலோசனை - 2

தங்கத்தை கண்ணில் பார்க்காமலே, கையில் தொடாமலே தங்கம் வாங்கலாம் என்பது தெரிந்திருக்கும். பங்குச் சந்தைகளில். அதற்கு கோல்ட் பீஸ் (GoldBeEs) என்று பெயர். வாங்குவது, வைத்திருப்பது, விற்பது எல்லாம் சுலபம். வாங்க விற்க தரகர் கமிஷன் மட்டும் உண்டு.

அல்லது முன்பு சொன்னது போல கோல்ட் சாவரின் பாண்ட் வாங்கலாம். 5 ஆண்டுகளுக்கு பின்புதான் விற்க முடியும். 7 ஆண்டுகள் வைத்திருந்து சரண்டர் செய்தால், கிடைத்த லாபத்திற்கு கேப்பிடல் கெயின்ஸ் வரி இல்லை.

6. மாதாமாதம் 1 கிராம் அல்லது 2 கிராம் தங்கம் வாங்கி சேமிக்கலாம் என்று நினைக்கிறேன். உங்கள் யோசனை என்ன?

– இந்திராணி, சென்னை – 32

இப்படி சிறிய அளவுகளில் வாங்குவது. அதையும் தொடர்ந்து இப்படி மாதாமாதம் என்பது போல வாங்குவது, இரண்டுமே நல்ல அணுகுமுறை. இப்படி செய்வதால், நாம் வாங்கிய பிறகு விலை ஏறினாலும் சரி, இறங்கினாலும் சரி, பதற்றப்படாமல் இருக்கலாம்.

அதுவும் தங்கம் அல்லவா? எந்தக் காலத்திலும் கறுத்துப் போகாத முதலீடு. நல்ல யோசனைதான். தாராளமாக செய்யலாம்.

7. கோல்ட் பாண்டுகளை ஐந்து ஆண்டுகளுக்கு முன்னால் விற்று பணம் பார்க்க முடியாதா?

– கோதண்டபாணி, காஞ்சிபுரம்

முடியும். வங்கிகள் திரும்பவாங்கிக் கொள்ளாது. சந்தையில்தான் விற்க வேண்டும். அப்படிப்பட்ட பாண்டுகளை பங்குச்சந்தையில் பட்டியலிட்டு இருக்கிறார்கள்.

அதை வாங்குவதற்கு ஆட்கள் இருக்கலாம். எந்த ஆண்டு வாங்கிய பாண்டு, எந்த ஆண்டு முடிவடைகிறது, அது வாங்கிய விலை என்ன? இப்போதைய விலை என்ன என்பதையெல்லாம் பொறுத்து ஒவ்வொரு பாண்டுக்கும் சந்தையில் விலை இருக்கும்.

8. தங்கத்தை பாண்டாக வாங்கலாம் என்கிறார்கள் எனக்கு புரியவில்லை.

– ராஜேந்திரன், ஓசூர்

தங்கத்தில் இரண்டு வகை உண்டு. 22 கேரட் தங்கம், 24 கேரட்

தங்கம் இரண்டுக்கும் வெவ்வேறு விலைகள் பொதுவாக நகை செய்வதற்கு 22 கேரட் தங்கத்தைதான் வாங்குகிறோம். அப்படி வாங்குகிறபோது அந்த நகையின் தங்க மதிப்பிற்கு மூன்று சதவீதம் ஜிஎஸ்டி வரி கட்ட வேண்டும்.

முதலீட்டுக்காக வாங்குபவர்கள் 24 கேரட் தங்கம் வாங்குகிறார்கள். அந்த வாங்குதலுக்கும் வரி உண்டு.

அணிந்து கொள்ளும் நகைகளாக தங்கத்தை வாங்குபவர்கள் குறித்து பேச்சு இல்லை. அவர்கள் நகைகளாக வாங்கினால்தான் அணிந்து கொள்ள முடியும் என்பதை தனியே சொல்லவேண்டாம். ஆனால் முதலீட்டுக்காக வாங்குகிறவர்கள் அந்த தங்கத்தை பாதுகாப்பாக வைக்க வேண்டும் என்பதை தவிர, வாங்குகிற பொழுது சரியான தன்மைதான் என்று தெரிந்து வாங்கவேண்டும். இவ்வளவும் அவர்கள் ஏன் செய்கிறார்கள் என்றால் அந்த தங்கத்தினுடைய விலை ஏறி விடும் அவர்கள் லாபம் அடையலாம் என்று நினைக்கிறார்கள்.

ஐயா உங்களுக்கு தேவை தங்கம் விலை ஏறுகிறது ஆனால் கிடைக்கலாம் என்று இருக்கிற லாபம் தானே அதே லாபத்தை நாங்கள் தருகிறோம் அதுமட்டுமல்ல அதற்கு கூடுதலாக வட்டியும் தருகிறோம் சம்மதமா என்று மத்திய அரசு கேட்டு ஒரு வேலை செய்திருக்கிறது. அதன் பெயர் தான் சாவரின் கோல்ட் பாண்ட்.

ஒவ்வொரு ஆண்டும் இரண்டு முதல் நான்கு முறை ரிசர்வ் வங்கி தங்க பத்திரங்களை வெளியிடுகிறது. அதன் பெயர் கோல்ட் சாவரின் போன்ட் எஸ் ஜி பி.

கிராம் கணக்கில் தங்கம் வாங்கலாம். ஒருவரே அதிகபட்சமாக 2 கிலோ வரை வாங்கலாம். அப்படி வாங்குகிற தனி நபர்களுக்கு அவர்கள் ஆன்லைன் மூலமாக விண்ணப்பித்தால் அப்போது ரிசர்வ் வங்கி முடிவு செய்து இருக்கிற விலையில் கிராமம் ஒன்றுக்கு 50 ரூபாய் குறைவாக கொடுக்கிறது.

உதாரணத்திற்கு ஒருவர் 10 கிராம் தங்கத்திற்கு விண்ணப்பித்தால் அதற்கு அவர் 60 ஆயிரம் ரூபாய் கட்டினால் அவர் பெயரில் 10

கிராமுக்கு ஒரு தங்க பத்திரம் வழங்கப்படும். அவர் கட்டிய 60 ஆயிரம் ரூபாய்க்கு அவருக்கு ஆண்டு ஒன்றுக்கு 2.5% வட்டி கொடுப்பார்கள். அந்த பத்திரங்கள் மொத்தம் எட்டு ஆண்டுகள் அவர் வைத்திருந்து ரிசர்வ் வங்கியிடம் திரும்ப கொடுக்கவேண்டும். அப்போதைக்கு தங்கம் என்ன விலை இருக்கிறதோ அந்த விலையில் அவர் வாங்கிய 10 கிராம் தங்கத்திற்கு உரிய பணத்தை கொடுத்து விடுவார்கள். அவர் வாங்கிய விலைக்கும் விற்கும் விலைக்கும் இடையே உள்ளது லாபம். அதற்கு 'கேப்பிடல் கெயின்' வரி கிடையாது.

8 ஆண்டு முடியாது என்றால் அவர் ஐந்தாவது ஆண்டில் அதை சரண்டர் செய்யலாம். அப்படி செய்தால் அந்த சமயத்தில் இருக்கிற வேலைப்படி அவருக்கு பணம் வழங்கப்படும் ஆனால் அந்த லாபத்தின் மீது அவர் கேப்பிட்டல் கெயின் வரி கட்ட வேண்டும். மற்றபடி அவருக்கு அந்த ஐந்து ஆண்டுகளும் வட்டி கிடைக்கும்.

ஏதாவது கதை சொல்லி சேமிப்பை விளக்கக்கூடாதா?

– அன்பரசு, கடலூர்

ஓ! தாராளமாக செய்யலாமே. சேமிப்பு குறித்து மட்டுமல்ல, சம்பாதிப்பது, சேமிப்பது, முதலீடு செய்வது மூன்று குறித்தும் சொல்கிறேன்...

ஒரே சமயத்தில் சீதேவியும் மூதேவியும் வந்துவிட்டதாகவும், "எங்கள் இருவரில் யார் அழகு?" என்று கேட்டதாகவும், இருவரையும் வைத்துக்கொண்டே அதற்கு பதில் சொல்லவேண்டிய இக்கட்டான சூழ்நிலையில், "சீதேவி, நீங்கள் வரும்போது அழகு. மூதேவி, நீங்கள் போகும்போது அழகு" என்று சொல்லி சமாளித்ததாகவும் ஒரு கதை கேட்டிருப்பீர்கள்.

இது வேடிக்கைக் கதை அல்ல. இந்த கதையில் பணத்தை கையாள்வது தொடர்பான ஒரு பெரிய சூட்சமம், சூசகமாக சொல்லப்பட்டிருக்கிறது என்றால் நம்ப முடிகிறதா?

சீதேவி என்றால், லட்சுமி. பணம். செல்வம்.

மூதேவி என்றால், சிரமம், கஷ்டம், நட்டம்.

செல்வம் வரும்போது அழகு. சிரமம் போகும்போது நிம்மதி. சிலருக்கு அவர்களிடம் வருகிற சீதேவியை அடையாளம் தெரியாது. அதனால், சரியாக வரவேற்க, மதிப்பு கொடுக்கத் தவறிவிடுவார்கள். வந்த சீதேவியை உபசரித்து வீட்டிற்குள் அமரவைக்க மாட்டார்கள். அதனால், வந்தவர் சடுதியில் திரும்பிவிடுவார்.

எல்லோர் வீட்டு வாசல் வழியாகவும் சீதேவி உலாவவே செய்கிறார். அவரை சரியாக அடையாளம் காண்பவர், மதிப்பவர் வீட்டிற்குள் மட்டுமே நுழைகிறார், தங்குகிறார்.

சிலர் எப்போதும் இல்லாததையே நினைப்பார்கள், பேசுவார்கள்.

அது எந்த தேவியை அழைத்துவரும் என்று சொல்லவும் வேண்டுமா? விலைவாசி உயர்வுதான். யார் இல்லை என்றது? அது ஒருபக்கம் என்றால், மறுபக்கம் நாட்டில் பணம் சம்பாரிக்க என்ன வாய்ப்புகள் இருக்கின்றன என்றும் பார்க்கவேண்டும். அதுதான் சீதேவியை அடையாளம் காணும் வழி.

தற்சமயம், நாடு 6 முதல் 7 % வரையிலான பொருளாதார வளர்ச்சியில் இருக்கிறது என்றால், நாட்டில் வியாபார சூழ்நிலை நன்றாக இருக்கிறது. அதிலும் குறிப்பாக சிறிய அளவுகளில் செய்யக்கூடிய 'சர்விஸ்' போன்ற அதிக முதலீடு தேவைப்படாத வியாபாரம் மற்றும் (பியூட்டி பார்லர், கேட்டரிங், கேப்ஸ் போன்ற) சேவை செய்து தருபவர்களுக்கு வாய்ப்புகள் நிறையவே இருக்கின்றன என்று பொருள். இப்படி எவரும் சுலபமாக செய்யத்தக்க வியாபார வாய்ப்புகள் நிறையவே இருக்கின்றன.

"அப்படியா! ஆனால், என்னால் என்ன செய்துவிடமுடியும்?" என்று கேட்க வேண்டாம். எல்லோரிடமும் ஏதாவது திறமைகள் இருக்கவே செய்கின்றன. சிலரிடம் நேரம் இருக்கிறது. சிலருக்கு நல்ல பேச்சுத் திறன். வேறு சிலருக்கு மிகப்பெரிய நட்பு வட்டம். இன்னும் சிலருக்கு கடுமையாக உழைக்கக்கூடிய, அலைந்து திரிந்து செயலாற்றக்கூடிய உடல்வாகு. சிலரிடம் படிப்பு, அல்லது புரிந்துகொண்டு சொல்லிகொடுக்கும் திறன் சிலரிடம் கைவேலை.

தன்னிடம் இருக்கும் திறனையும் தனக்கு இருக்கும் வாய்ப்புகளையும் அடையாளம் காணுவதுதான், சீதேவியினை அடையாளம் கண்டு அழைப்பது. அந்த திறனைக்கொண்டு, கடையோ வியாபாரமோ சேவை நிலையமோ தொடங்குவதுதான் சீதேவியினை வீட்டினுள் உபரித்து அமரவைப்பது.

தன் சம்பாத்தியமோ அல்லது வாழ்க்கைத் துணையின் சம்பாத்தியமோ, குடும்பச் சொத்தோ பணம் வருகிறதென்று அலட்சியமாக இருந்துவிடுபவர்கள் வீட்டில் லட்சுமி தங்குவதில்லை. தன்னை

லட்சியம் செய்யாதவர்கள் என்று நினைத்து கிளம்பிவிடுவார். அதிக பணம் செலவழிப்பவர்கள் அல்ல பணக்காரர்கள். அதிக பணம் வைத்திருப்பவர்களே பணக்காரர்கள்.

நம்மால் எவ்வளவு தரமுடியும், நம் நிலைமையில் இந்த பணம் ஒரு பொருட்டல்ல என்ற அணுகுமுறைகளில் சிலர் பணத்தினை அலட்சியமாக செலவு செய்கிறார்கள். மழை பெய்யும் காலம், நிலத்தடி நீர் சேமிப்பதுபோல, பணம் வரும் நேரம், சேமித்துக்கொண்டுவிட வேண்டும். தேவைக்கு மேல் செய்யும் செலவுகள், இரண்டாவது தேவியை லட்சுமியை வீட்டிற்குள் அழைப்பதுபோலத்தான்.

சேமித்த பணத்தை ரொக்கமாக நகைகளாக அப்படியே வைத்திருந்தால் அவை சாத்தியமுள்ள அளவு பெருகாது. சேர்த்தல், சேமித்தல் போக, பணத்தினை தொடர்ந்து பெருக்கவும் வேண்டும்.

கேப்பையில் நெய் வடிகிறது, மூன்று வட்டி கிடைக்கும், மும்மடங்கு பெருகும் என்றெல்லாம் சிலர் சொல்லுவார்கள்.

அவசரமோ பதற்றமோ படாமல் நிதானமாக, விபரம் தெரிந்தவர்கள், நலம் விரும்பிகளிடமும் கேட்டுக்கொண்டு, தீர விசாரித்த பிறகே முதலீடு செய்தல் நல்லது. வேண்டியவர்களுக்கு உதவுவது வேறு, முதலீடு என்பது வேறு.

தச்சர்கள் மரவேலை செய்யும்போது, அளப்பார்கள். மீண்டும் அளந்து சரிபார்ப்பார்கள். அதன் பின்னரே அறுப்பார்கள். அறுத்துவிட்ட பிறகு அளந்து பலனில்லை. முதலீடுகளும் அப்படியே. இங்கே அறிவுக்கு மட்டுமே வேலை கொடுக்கவேண்டும். ஆசைக்கு அல்ல. வட்டியோ வருமானமோ குறைவாக கிடைத்தாலும் பரவாயில்லை. முதலுக்கு மோசம் வந்துவிடக்கூடாது என்பதுதான் இதில் பால பாடம்.

வாசலில் ஏதோ சத்தம் கேட்பது போலிருக்கிறதா? வேறு யார்? சீதேவியாகத்தான் இருக்கும். சீக்கிரம் போங்கள்.

2. சேமிப்பும் முதலீடும்

9. பணத்தை சேமிக்க சிம்பிளாக ஒரு வழி சொல்லுங்களேன்?

– சங்கை ஜி.குப்புசாமி, சென்னை – 26.

இன்றைய தேவைகளை நிறைவேற்றிகொள்ள முயலும்போது (செலவு செய்யும்போது), வருங்கால தேவை இதைவிட அதிகமாக இருக்கும் என்பதையும், இப்போது செலவழிக்காமல் சேமிக்கும் பணம் சரியான முதலீடு காரணமாக, வருங்காலத்தில் நமக்கு கூடுதல் பலன் கொடுக்க முடியும் என்பதையும், நினையுங்கள் ஆழமாக நம்புங்கள். பணம் சிம்பிளாக சேரும்.

10. பணம் சேமித்தால் பெருகுமா?

– ரா.பிரசன்னா, ஜெய்ஹிந்தபுரம், மதுரை–1

சாதாரண நெல்தான். உமி நீக்கி சாப்பிட்டால் தீர்ந்தது. சாப்பிடாமல் வைத்து வைத்தால் சேமிப்பு. அதை அளவை வேண்டும் நேரம் சாப்பிடலாம். அளவு மாறாது. அதே நெல்லை வைத்து பயிரிட்டால் பலமடங்காகப் பெருகும்.

பண சேமிப்பும் அதேபோலதான். சேமித்தால் சேரும். அவ்வளவுதான். முதலீடுகள்தான் பணத்தைப் பெருக்கிக்கொடுக்கும்.

11. சாதாரண குடும்பம்தான். பெண் குழந்தையின் பேரில் 10, 15 வருடங்களுக்கு நிரந்தரமாக எதில் முதலீடு செய்யலாம்?

– முருகேசன், தேனி

போடுகிற பணத்திற்கு பாதுகாப்புதான் முக்கியம் என்றால், பப்ளிக் பிராவிடண்ட் பண்ட் (PPF)ல் போடுங்கள். ஆண்டுக்கு 8% வட்டி கிடைக்கும். போடுகிற பணத்திற்கு வருமானவரி விலக்கும் உண்டு. ஒரே தவணையாக பெரிய தொகை போட்டாலும்கூட, தொடர்ந்து ஒவ்வொரு ஆண்டும் குறைந்தபட்சம் ரூ.500 போட்டாக வேண்டும். போஸ்ட் ஆபீஸ்கள் மற்றும் அனைத்து பொதுத்துறை வங்கிகளிலும் இந்தத் திட்டம் உண்டு.

12. சிறுவர்கள் தங்கள் பணத்தை சேமிக்க சிறப்பாக ஒரு வழி?

– கோபி பச்சமுத்து, கிருஷ்ணகிரி

வீடுகளில் வசதி இருந்தாலும், பிள்ளைகள் சேமிக்க பழக்க வேண்டியது அவசியம். உண்டியல் எல்லாம் பழசு போல தெரியலாம். வங்கியில் அல்லது அஞ்சலகத்திலேயே சேமிக்க சொல்லுங்கள். 12 வயதுக்கு மேற்பட்டவர்கள் பெயரிலேயே சேமிப்பு கணக்கு தொடங்க முடியும். அதற்கும் குறைவான வயதுள்ள பிள்ளைகளின் பெயரில் கணக்கு தொடங்கி, கார்டியனாக பெரியவர்கள் இருக்கலாம்.

சேமிக்கிற தொகை பெரியதோ சிறியதோ, சின்ன வயதிலேயே சேமிப்பு பற்றிய கவனம் வரவேண்டியதும், சேமிக்கிற பழக்கம் ஏற்படவேண்டியதும் மிக மிக அவசியம். உடனே ஆரம்பியுங்கள். இப்போது தொடங்கி, பத்து இருபது வருடங்கள் எல்லாம், எடுக்காமல் பரஸ்பரநிதியில் போட்டு வந்தால், பின்னால் பெருந்தொகை கிடைப்பது நிச்சயம். சீட்டும் கட்டலாம்.

13. வங்கிகளில் டெபாசிட் செய்யப்படும் பணம் எத்தனை ஆண்டுகளில் இரு மடங்காகும்?

– பி. சின்னா, ஆம்பூர்

வட்டி விகிதம் நாட்டில் நிலவும் பணவீக்க அளவைப் பொறுத்து அவ்வப்போது மாறும். 2023ல் 7.5 உயர்ந்திருப்பதால் இப்போது வட்டி கொஞ்சம் உயர்ந்திருக்கிறது. ஆண்டுக்கு 7.5 % முதல் 8 % வரை கிடைக்கிறது. வட்டி விகிதத்தை பொறுத்து 8 முதல் 9 ஆண்டுகளில், வங்கிகளில் செய்யும் முதலீடு இரட்டிப்பாகும். அப்படி சில ஆண்டுகளுக்கு என்று போடும்போது என்ன வட்டி விகிதம் இருக்கிறதோ, அதை மாற்றாமல் கொடுப்பார்கள். பின்பு சந்தையில் வட்டி விகிதம் குறைந்தாலும். வட்டி விகிதங்கள் நன்றாக இருக்கிற போது 3, 5 ஆண்டுகளுக்கு டிப்பாசிட் செய்யலாம்.

14. குடும்பத் தலைவிகள் சிக்கனமாக இருந்து சேமிக்க சில டிப்ஸ் கொடுங்களேன்?

– அஸ்ருதா, விழுப்புரம்

வியாபாரம் செய்கிறவர்களும் தொழில் நடத்துபவர்களும்கூட இப்படிபட்ட சவால்களை சந்தித்துக்கொண்டுதான் இருக்கிறார்கள். ஆனாலும் ஏதாவது செய்து லாபம் குறையாமல் பார்த்துக்கொள்கிறார்கள். பெரிது பெரிதாக செய்தால்தான் சேமிப்பு சிக்கனம் என்பதில்லை. சிறிய அளவாயினும் தொடர்ந்து செய்தால் கைமேல் பலன்தான்.

- **ஸ்மார்ட் பையிங் (Smart buying)**

எல்லா காய்கறிகளிலும் சத்து இருக்கிறது. சுவையும் இருக்கிறது. ஆனால் பலரும் கேரட், உருளை, பீன்ஸ், வெண்டை போன்ற சிலவற்றைத்தான் அடிக்கடி சமைக்கிறார்கள். ஒவ்வொரு நாளும் ஏதாவது ஒன்று அல்லது இரண்டு காய்கறிகள் பழங்கள் கண்டிப்பாக விலை குறைவாக இருக்கும். கடைக்குள் நுழைகிறபோதே இன்று எது விலை மலிவு என்று பார்க்கலாம். வாங்கலாம்.

விலை மலிவாக இருக்கும் பொருள், கெடாமல் இருக்கக் கூடிய பொருள் என்றால் (சேனை, கருணை, சேம்பு போல) கூடுதலாகவே வாங்கி வைத்துக்கொள்ளலாம்.

- *செப்பரேட் பட்ஜெட்கள் (Separate Budgets)*

கடைக்குள் போய், என்ன வேண்டுமோ வாங்கிக்கொண்டு பில் கவுண்டருக்கு வந்து கேட்கிற பணத்தைக்கொடுக்கிற பழக்கம் இருக்கிறது. மாதம் இதற்கு (காய்கறி, பழம், மாமிசம்) இவ்வளவுதான் என்று திட்டமிட்டுக்கொள்ளலாம். உதாரணத்திற்கு மாதம் ரூ. 3,000 என்றால், நாள் ஒன்றுக்கு ரூ. 100. வாரத்திற்கு வாங்குபவர்கள், எல்லாம் சேர்த்து எழுநூறு வருவதுபோல அட்ஜஸ்ட் செய்து வாங்கவேண்டும். அதற்குமேல் கிடையாது என்கிற ஒழுங்கு.

- *ஒன் ஸ்டெப் லோவர் (One Step Lower)*

போக்குவரத்து செலவு கணிசமாக உயர்ந்து வருகிற நிலையை சமாளிக்க, காரில் போகிற இடங்களுக்கு ஸ்கூட்டரில் அல்லது ஸ்கூட்டியில். ஸ்கூட்டியில் போகிற இடங்களுக்கு இயன்றால் சைக்கிளில். வெயில் வருவதற்கு முன் மற்றும் பொழுது சாய்ந்தபின் வெளியே போகிற வேலைகளுக்கு எல்லாம் நடை. கால் டேக்ஸி இடத்தில் ஆட்டோ. ஆட்டோ இடத்தில் ஷேர் ஆட்டோ. ஆமாம், ஷேர் ஆட்டோ இடத்தில் பேருந்துதான்.

- *லிமிட்டெட் பையிங் (Limited Buying)*

ஸ்கீம் இருக்கிறது, டிஸ்கவுண்ட் இருக்கிறது என்று எதையும் பெரிய அளவுகளில் (இரண்டு கிலோ பேக், 5 கிலோ பேக் போல) வாங்க வேண்டாம். அது கிலோவுக்கு ரூ. 10 குறைவாக இருக்கலாம். ஆனால் இருக்கிறதே என்று அந்தப்பொருளை அளவின்றி, வீணானாலும் பரவாயில்லை என்று பயன்படுத்துவோம். எது இப்போது கிடைக்கவில்லை? எல்லாம் கிடைக்கிறது. சின்ன சின்ன பேக்குகளே சிக்கனம்.

● *மிக்ஸ் & சேவ் (Mix & Save)*

மளிகை சாமான்கள் காய்கறிகள் என்று எல்லாவற்றிலும் பயன்படுத்திய பிறகு கொஞ்சம் மீதம் இருக்கும். தனியாக செய்வதானால் ஒரு வேளைக்கு போதாது. குடும்பத்தில் இருக்கிற அனைவருக்குமாக செய்யவேண்டும் என்றால் பத்தாது. அதனால் அதை அப்படியே விட்டு விடும் பழக்கம் சிலரிடம் இருக்கிறது. இட்லி என்றால் அதேதானா? ஒரே நேரம் இதில் கொஞ்சம் அதில் கொஞ்சம் என்று (மினி டிபன் போல) செய்துகொடுக்கலாம். இருக்கிற விலைவாசியில் என்னச் குறைவாக இருந்தாலும் வீணாக்க முடியுமா? War on waste தான்.

● *டெக் செல்ப் ஹெல்ப் (Tech –Self Help)*

எது ரிப்பேர் என்றாலும் உடனடியாக, 'ஏம் எம் சியை கூப்பிடு' அல்லது 'கடைக்குத் தூக்கிக்கொண்டு போ' தானா! சின்ன சின்ன ரிப்பேர் வேலைகளை செய்யக்கற்றுகொள்ளலாம். எல்லாம் நம் வீடுகளில் முன்பு நடந்துகொண்டிருந்தவைதான். இடையில் விட்டு விட்டோம்.

● *கொஸ்டின் த நீட் (Question the need)*

"இத மாத்தணும் அம்மா". "அது போச்சு" என்றுதான் அவர்கள் சொல்லுவார்கள். மிக்ஸி இல்லாவிட்டால் வாஷிங் மிஷின் ஓடாவிட்டால் காலை நேரம் பதட்டமாக இருக்குமே என்று, தலைவிதியை நொந்தபடி சம்மதிப்பதை நிறுத்த வேண்டும். ஏன்? எதனால், வேறு வழி இல்லையா? என்று கேட்கலாம். சரி அவரிடம் கேட்டுச் சொல்லுகிறேன் என்று (அவருக்கு ஒன்றும் தெரியாவிட்டாலும்) சொல்லலாம். அக்கம் பக்கம், "இப்படி ஆகிறதே இதற்கு நீ என்ன செய்தாய்? அல்லது என்ன செய்யலாம்?" என்று கேட்கலாம். சாதகமான பதில்கள் கிடைக்கலாம்.

15. பாதுகாப்பாக சேமிக்க வழிசொல்லுங்கள்?

– சசி, செய்யாறு

சேமிப்பு வேறு, முதலீடு என்பது வேறு. வருமானம் வர வர, அதில் ஒரு பகுதியை செலவு செய்யாமல் சேர்ப்பது சேமிப்பு.

ஓரளவு பணம் திரண்டதும் அதை எடுத்து, அதைப் பெருக்கும் நோக்கத்துடன் வேறு இடத்தில் சேர்ப்பது, முதலீடு.

நாம் இப்போது பார்ப்பது சேமிப்பு குறித்து மட்டும்.

பணத்தை சேமிக்க மக்கள் பல்வேறு வழிகளை பின்பற்றுகின்றனர். அவற்றில் முக்கிய சில,

1. வீட்டிலேயே ரொக்கமாக வைத்திருப்பது
2. வங்கி கணக்குகளில் 'பேலன்ஸ்' தொகையாகவே விட்டு வைப்பது.
3. உறவினர்கள், தெரிந்தவர்களிடம் கொடுத்து வைப்பது.
4. சீட்டுக்கட்டுவது
5. வங்கி மற்றும் தபால் ஆபீஸ்களில் தொடர் வைப்பான ரெக்கரிங் டிப்பாசிட் போடுவது.
6. மாதாமாதம் குறிபிட்ட அளவு தங்கத்தை, நாணயமாகவோ அல்லது எலெக்ட்ரானிக் முறையிலோ வாங்குவது.
7. தாங்கள் வேலை செய்யும் அலுவலகத்தில் எழுதிக்கொடுத்து, தங்கள் சேமநல நிதியான, பி.எப். கணக்கில் கூடுதல் பணமாக, விருப்ப பி.எப். (வாலண்டரி பிராவிடெண்ட் பண்ட்) ஆகவோ அல்லது வெளியில் தொடங்கிய பப்ளிக் பிராவிடெண்ட் பண்டிலோ சேமிக்க விரும்பும் பணத்தை போடுவது.
8. தங்கள் பெயரிலோ, குடும்பத்தினர் பெயரிலோ ஆயுள் காப்பீடு எடுத்து அதற்கு பிரீமியம் கட்டுவது.

9. பரஸ்பர நிதிகளில் எஸ்.ஐ.பி. யில் பணத்தை சேமிப்பது.

10. சிறுக சிறுக பங்குகள் வாங்கி சேர்ப்பது.

11. வீட்டுக்கடன் வாங்கி, அதற்கான மாதாந்திர தவணை கட்டுவது.

12. நகை, பர்சனல் லோன், வண்டிகள் லோன் போன்ற வேறு கடன்கள் வாங்கிவிட்டு அதற்கு மாதாந்திர தவணை கட்டுவது.

சேமிக்கும்போது கவனத்தில் கொள்ளவேண்டிய மூன்று தேவைகள், போடும் பணத்துக்கான பாதுகாப்பு, வேண்டும் நேரம் எடுக்கக்கூடிய வாய்ப்பு மற்றும் அது தரக்கூடிய வருமானம்.

ஆம், சேமிக்கும் நேரம் கவனிக்க வேண்டிய முதல் தேவை, பாதுகாப்பு.

அதன் அடிப்படையில் மட்டும் பார்த்தால் மேலே குறிப்பிடப்பட்டுள்ள வரிசை எண் 2, 5, 7 மற்றும் 8வது வழிமுறைகள் பெறுவது, நூற்றுக்கு 95 மதிப்பெண்கள்.

வரிசை எண் 1,3 மற்றும் 4 வழிமுறைகள் ஓரளவு பாதுகாப்பானதே. ஆனால் எல்லோருக்கும் எல்லா இடங்களிலும் பாதுகாப்பானது என்று சொல்ல முடியாது. ஆகவே அதற்கான மதிப்பெண்கள் 80.

வரிசை எண் 6 மற்றும் 9 வழிமுறைகளில் சந்தை அபாயங்கள் இருக்கின்றன. பெயில் மார்க்.

வரிசை எண் 10க்கு பாதுகாப்பைப் பொறுத்தவரை கண்டிப்பாக பெயில் மார்க் தான்.

வரிசை எண் 11 மற்றும் 12 வழிமுறைகளில் போடுகிறவர் ஏற்கனவே பொருளையோ, பணத்தையோ பெற்றுக்கொண்டுவிட்டதால் அவரது சேமிப்பிற்கு பாதுகாப்பு உண்டு. பாஸ் மார்க்.

இவையெல்லாம் பாதுகாப்பான சேமிப்பிற்கான மதிப்பெண்கள்.

16. 15-20 வருடங்களில் பெரிய தொகை ஆகவேண்டும். மார்க்கெட் ரிஸ்க் வேண்டாம். பிள்ளைகளின் பெற்றோருக்கே தெரியக் கூடாது. எதில் போடலாம்?

– கே.சந்திரன், சென்னை 73.

'மார்க்கெட் ரிஸ்க்' கூடாது என்றால், வங்கிகளிலோ, பொது சேம நலநிதி (PPF)யிலோ அந்தப் பணத்தை டிப்பாசிட் செய்யலாம். உங்கள் பெயரையும் பேரன்கள் பெயரையும் சேர்த்து 'ஜாயிண்ட்' ஆக போடலாம். உங்கள் பெயர் முதலில் போட்டால், நீங்கள் 60 வயதிற்கு மேற்பட்டவராக இருந்தால் அரை சதவீதம் கூடுதல் வட்டி கிடைக்கும். வங்கிகளில் போடும் போது, "5 ஆண்டுகளுக்கு ஒரு முறை நீங்களே 'ஆட்டமேட்டிக் ரினியுவல்' செய்துவிடுங்கள்" என்று கடிதமும் கொடுத்துவிடலாம்.

20 ஆண்டுகள் கழித்து நீங்களே அந்தப் பணத்தை வாங்கி அவர்களிடம் கொடுக்கலாம். அதற்கு அவர்களுக்கு கொடுத்து வைக்கவில்லை என்றால், வங்கி அவர்களிடம் நேரடியாக கொடுக்கும். உங்கள் பெயருடன் சேர்த்து ஒவ்வொரு பேரனுக்கும் தனித்தனியாகவும் போடலாம்.

15, 20 ஆண்டுகள் என்றால், இடங்கள் வாங்குவதும் பணம் பெருக ஒரு நல்ல வழி. இடத்தை உங்கள் பெயரில் பதிவு செய்துகொண்டு விட்டு, உயில் எழுதி ரிஜிஸ்தர் அலுவலகத்தில் டிப்பாசிட் செய்துவிடுங்கள். உயில் பற்றிய விபரம் பேரன்களுக்கு தெரியவர வேண்டுமே! அதை மகன்/மகளிடம் சொல்லலாம். பேரன்களுக்கு பின்னால் இது விபரம் தெரியாமல் போய்விடும் ஆபத்தை தவிர்க்க வேண்டும். ஏற்பாடு செய்யமுடிந்தால் இந்த வழி சரி. இல்லாவிட்டால், பேரன்கள் பெயரிலேயே வாங்கலாம். நீங்கள் கார்டியனாக இருக்கலாம்.

உங்கள் பெயரில் பரஸ்பர நிதி எஸ்.ஐ.பி. போடலாம். 20 ஆண்டுகளில் அதுவும் நல்ல வருமானம் தரும். பேரன்களை நாமினி ஆகப் போடலாம்.

சந்திரன் தாத்தா சார் , நிறைய யோசிக்க, விசாரிக்க வைத்துவிட்டீர்கள். பேரன்களுக்கு வாழ்த்துகள்!

17. அஞ்சல் துறை, வங்கித்துறை இரண்டும் பொதுமக்களின் சேமிப்புக்கு அளிக்கும் வட்டி விகிதம் சரிதான் என்று கூறமுடியுமா? ஒரு 12% வட்டியாவது தரவேண்டமா?

– ச. அம்பூரணி நாராயணன், பாளையங்கோட்டை

உங்கள் ஆதங்கம் புரிகிறது. நம்மிடம் இருந்து பெறும் பணத்தை அவர்களால் எந்த அளவு வட்டிக்கு கொடுக்க முடிகிறதோ, அந்த அளவுதான் அவர்களால் நமக்கு வட்டி தரமுடியும். அவர்கள் தரும் % , நாட்டில் நிலவும் வட்டி விகிதத்தைப் பொறுத்தது அது உயர்ந்தால் இது உயரும். இல்லாவிட்டால் இப்படித்தான் இருக்கும்.

18. என் வயது 35. தாயாருக்கு வயது 67. மாதாமாதம் 6000 வர எப்படி எவ்வளவு சேமிக்க வேண்டும்? தாயார் பெயரில் சேமிக்க 'பேன்' கேட்கிறார்கள். இல்லை. எப்படி செய்யலாம்?

– எ. ரவி. கோயம்புத்தூர்

மாதம் 6000 கிடைக்க வேண்டுமென்றால், வருடம் 72,000 ரூபாய் கணக்காகிறது. எவ்வளவு தொகை வேண்டும் என்பது வட்டிவிகிதங்களைப் பொறுத்தது என்பதை முன்பே பார்த்தோம். 7 முதல் 7 சதவீதம் இருக்கும் நேரத்தில் டெப்பாசிட் செய்தால், 9 முதல் 10 லட்ச லட்ச ரூபாய் வரை முதலீடு செய்யவேண்டிவரும்.

நீங்கள் 'கிஃப்ட்' ஆக கொடுக்கலாம். அதற்கு வரியில்லை. ஆனாலும் எவர் பெயரில் அவ்வளவு தொகை முதலீடு செய்வதற்கும், 'பேன் கார்டு' வாங்கத்தான் வேண்டும். வாங்கலாமே.

19. ரியல் எஸ்டேட் முதலிடு எப்படி?

– இரா. வளையாபதி, தோட்டக்குறிச்சி

ரியல் எஸ்டேட் என்று பொதுவாக சொல்வதைவிட அது எந்த இடத்தில் இருக்கிறது என்பதை வைத்துதான் இந்தக் கேள்விக்கு பதில் சொல்லமுடியும். சில ஆண்டுகளுக்கு முன்பெல்லாம் எந்த இடத்தில் இடம் வாங்கினாலும் விலை ஏறிக்கொண்டிருந்தது. அந்த நிலை மாறி இப்பொழுது சில பல ஆண்டுகள் ஆகிவிட்டன. அந்த ஏற்றமெல்லாம் முடிந்துவிட்டது.

எங்காவது புதிதாக தேசிய நெடுஞ்சாலை போடுகிறார்களா அல்லது புதிய தொழிற்சாலைகள் வருகின்றனவா அல்லது வேறு ஏதும் அலுவலகங்கள், மருத்துவமனைகள், கல்லூரிகள் வருகின்றனவா என்பதை பொறுத்துதான் விலைகள் அமைகின்றன.

இட விலைகள் எப்போது வாங்கினாலும் ஏறும் என்று சொல்லக்கூடியது, ஊருக்குள் இருக்கும் இடங்கள்தான். அதிலும் நகர்புறங்களில், பேருந்துநிலையம், மார்க்கெட் போன்ற இடங்களுக்கு அருகில் உள்ள இடங்கள் எப்போதும் விலை ஏறிக்கொண்டுதான் இருக்கின்றன.

ரியல் எஸ்டேட் முதலீட்டிற்கு இடமாகத்தான் வாங்கவேண்டும் என்பதில்லை என்றாகி சில ஆண்டுகள் ஆகின்றன. எப்படி தங்கத்தை கண்ணில் பார்க்காமல், தொடாமல், மின்னணு அல்லது பாண்டு மூலம் வாங்கமுடிகிறதோ, அதேபோல இடங்களையும் பங்குகள் மூலம் வாங்கலாம். அதற்கு REITs என்று பெயர்

20. போனஸாக வரும் பணத்தை எதில் முதலீடு செய்யலாம்?

– கண்ணபிரான், டால்மியாபுரம்

இரண்டு மூன்று ஆண்டுகள் விட்டுவைக்க முடியும் என்றால், பரஸ்பர நிதிகளில் (லும்) முதலீடு செய்யலாம்.

21. தங்கம் வாங்குவது, ஷேரில் இறங்குவது, நிலம் வாங்குவது, தொழில் தொடங்குவது அல்லது ஏதாவது வங்கியில் அல்லது அஞ்சல் துறை சேமிப்பில் சேருவது. இதில் எது வளர்ச்சி காண, சிறந்த, பாதுகாப்பான வழி?

– அ.ச.நாராயணன், பாளையங்கோட்டை –2

வளர்ச்சியும் வேண்டும் என்கிறீர்கள், பாதுகாப்பும் குறையக்கூடாது என்கிறீர்கள். வளர்ச்சியும், பாதுகாப்பும் தராசின் இரண்டு தட்டுக்கள் போல. இரண்டையும் ஒரே சமயத்தில் தாழ வைக்க முடியாது. அதிக வளர்ச்சி வேண்டுமென்றால், கூடுதல் ரிஸ்க் எடுக்க வேண்டும். அப்படி செய்ய முதலீடு செய்யும் பணத்தின் பாதுகாப்பு குறையும்.

முதலீட்டிற்கு அதிக பாதுகாப்பு வேண்டுமென்றால், பெரிய வளர்ச்சியை எதிர்பார்க்க முடியாது. பாதுகாப்பு என்கிற தட்டில் அதிக எடை வைத்தால், மற்றொரு தட்டான வளர்ச்சி எடை குறைந்து மேலே போய்விடும்.

வங்கி, அஞ்சலகம் போன்றவற்றில் செய்யும் முதலீடு பாதுகாப்பானது. அங்கே செய்யப்படும் பணத்திற்கு வருமானம் மிதமாகத்தான் இருக்கும். பங்குகள், இடம் வாங்குவது போன்றவை கூடுதல் வளர்ச்சி தரும், வாய்ப்பிருக்கும் முதலீடுகள். ஆனால் ரிஸ்க், அதிலும் பங்குச் சந்தையில் (பரஸ்பர நிதிகள் உட்பட) ஒப்பீட்டளவில் ரிஸ்க் அதிகம்.

தங்கத்தில் செய்யும் முதலீடு பாதுகாப்பானதுதான். வளர்ச்சி மிதமாகதான் இருக்கும். ஆனால் வங்கிகளில், அஞ்சலகங்களில் செய்யும் முதலீடுகளைப் போல நிலையான வருமானம் தராது. சில சமயங்களில் கூடுதலாகவும் வேறு சில காலங்களில் குறைவாகவும் தரும்.

வியாபாரம் இந்த கணக்குகள் எதிலும் சேர்த்தியில்லை. ரிஸ்கோ வருமானமோ, வியாபாரத்தின் தன்மையைப் பொறுத்தது. அதில் கிடைக்கும் லாபத்தை மேலே பார்த்த சிலவற்றில் முதலீடு

செய்யுங்கள். ஆமாம், மேலே பார்த்த எல்லாவற்றிலும் கொஞ்சம் செய்யலாம். இதுதான் பரவலாக்குவது என்பது. முதலீட்டை மட்டுமல்ல. ரிஸ்க்கையும்.

22. குழந்தைகள் பெயரில் சேமிக்கலாம் என்று முடிவு செய்திருக்கிறேன். என்ன மாதிரி திட்டங்களில் சேமிக்கலாம்?

– கே.ரத்தினவேல், திருவாரூர்

ரத்தினவேல், உண்மையிலேயே நல்ல யோசனை. 'இப்படியெல்லாம் தனியாக செய்ய வேண்டுமா என்ன? என் பணம் எல்லாமே என் பிள்ளைக்குத்தானே!' என்பது போலத்தான் பலரும் நினைக்கிறார்கள். அது சரியில்லை. 'தாயும் பிள்ளையும் என்றாலும், வாயும் வயிறு வேறு வேறு!' என்பதுபோக, 'கேஷ் புளோ' என்று ஒன்று இருக்கிறது.

செலவு வரும் நேரம் கையில் தேவையான அளவு பணம் இருக்குமாறு பார்த்துகொள்வது, எற்பாடு செய்துகொள்வது. அதற்காத்தான் இப்படி குழந்தைகளின் வருங்கால தேவைகளுக்காக, அதற்கான திட்டங்களில் சேமிப்பது. அந்தப் பணத்தை மற்ற தேவைகளுக்கு தொடாமல் இருப்பது.

பல திட்டங்கள் இருக்கின்றன. சில மிகவும் சுவாரஸ்யமானவையும் கூட. வங்கிகளில் செய்யும் தொடர்வைப்பு, அஞ்சலகங்களில் செய்யும் சிறுசேமிப்பு போன்றவை பற்றி ஏற்கனவே தெரிந்திருக்கலாம்.

பெண் குழந்தைகளுக்கான (மட்டுமான) சிறப்புத் திட்டமும் கடந்த பல ஆண்டுகளாக பிரமாதமாக நடந்துகொண்டிருக்கிறது. அதன் பெயர், சுகன்யா சம்ரிதி யோஜனா. இந்த திட்டத்திற்கு வட்டி மற்றவற்றைக் காட்டிலும் கொஞ்சம் அதிகம். வரிவிலக்கும் உண்டு. பெண்ணிற்கு 18 வயது மற்றும் திருமணம் ஆனபின்தான் எடுக்க முடியும். மேல் விவரங்களை பின் இணைப்பில் பார்த்துக்கொள்ளுங்கள்.

அவைதவிர மேலும் இரண்டு வகை சேமிப்புகள் உள்ளன. ஒன்று காப்பீடு. மற்றது பரஸ்பர நிதி.

எல்.ஐ.சி. யில் குழந்தைகளுக்கான "மணி பேக் பாலிசி" ஒன்று உண்டு. அந்த பாலிசியை குழந்தையின் பெயரில் எடுத்துவிட்டு, அதற்கு பிரிமியம் கட்டிகொண்டே வரவேண்டும். குழந்தையின் 20, 22, 24 மற்றும் 26 வது வயதுகளில், ஒரு குறிபிட்ட அளவு பணம் (பாலிசி தொகையை பொறுத்து) திருப்பிதரப்படும். இது மகன் அல்லது மகளின் (மேல்) படிப்பு அல்லது திருமணம் போன்ற சிலவுகளுக்கு கைகொடுக்கும்.

துரதிர்ஷ்டவசமாக இடையில் பாலிசிதாரருக்கு ஏதுமானால், பணம் கட்டியவருக்கு ஒப்புக்கொள்ளப்பட்ட முழுத்தொகை கொடுக்கப்படும். பெற்றவருக்கு (பணம் கட்டுபவருக்கு) ஏதாவது ஆனால், அதன்பிறகு அந்தபாலிசிக்கு பிரிமியம் கட்ட வேண்டாம். முதிர்வு நேரத்தில் பிள்ளைக்கு முழுப்பணம் வழங்கப்படும்.

பிள்ளைகள் என்றாலே, 'சம் அஷ்சூர்டு' என்பது ஏழு வயதுக்கு மேலாகும் குழந்தைகளுக்குத்தான் பொருந்தும். சில தனியார் நிறுவன பாலிசிகளில், இந்த வகைப் பாலிசிகளில் யூலிப் வகையும் உண்டு. (யூலிப் என்பது பங்குச் சந்தைகளில் முதலீடு செய்வது).

டாடா இன்சூரன்ஸ்சில், மகாலக்ஷ்மி என்று ஒரு திட்டம். 12 ஆண்டுகள் பிரிமியம் கட்ட வேண்டும். அதன் பிறகு, குழந்தையின் ஆயுட்காலம் முழுவதும், ஒவ்வொரு ஆண்டும் குறிபிட்ட அளவு பணம் அந்த குழந்தைக்கு வழங்கப்படும். (பிறந்த நாள் தோறும் என்பதுபோல). பெற்றவர்களின் வாழ்நாளுக்குப் பிறகும் கூட, அவர்களை நினைவுப்படுத்தும் விதமாக! தாய்வீட்டு சீதனம் மாதிரி தொடர்ந்து நிறுவனம் கொடுக்கும்.

இதுபோன்ற திட்டங்களில், குழந்தைகள் என்றால் 18 வயதிற்கு கீழ் உள்ளவர்கள்தான். (18 ஆகிவிட்டால் மேஜர், அது வரை மைனர்- பெண் குழந்தையாக இருந்தாலும்!). அதற்குள் சேமிக்கத் தொடங்கிவிட வேண்டும். அப்படி தொடங்கியதை, 25 வயது வரைதான் கட்ட முடியும். கட்டக்கூடியது அதுவரைதான். 7 வயதிற்கு மேல் தான் பெனிபிட்.

பரஸ்பரநிதி என்றால், யு.டி.ஐ., பி.என்.பி, ஐ.சி.ஐ.சி.ஐ புருடென்ஷியல், எச்.டி.எப்.சி போன்ற சில பரஸ்பர நிதிகளில் குறைந்த பட்சம் தவணைக்கு (மாதாமாதமோ/ காலாண்டுக்கு/அரையாண்டுக்கு/ ஆண்டுக்கு ஒரு முறையோ) 500 வீதம் கட்டினால் கூடப் போதும். அதில் சேமிக்கிற, பெருகுகிற தொகைபோக, கூடுதலாக அந்த குழந்தைக்கும் அதன் பெற்றோருக்கும், தனி நபர் விபத்துக்காப்பீடும் தருகிறார்கள். அது, அதுவரை கட்டிய தொகையைப் போல, 10 மடங்கு இருக்கும்.

விஜயா வங்கி மற்றும் இந்தியன் வங்கி போன்ற வங்கிகளில் குழந்தைகள் பெயரில் ('கிட்ஸ்') சேமிப்பு கணக்கு திறந்து, அதில் தொடர்ந்து சேமித்து வந்தால், அந்த குழந்தைக்கு பின்னால் தேவைப்படக்கூடிய கல்விக் கடனில் முன்னுரிமை கொடுக்கிறார்கள்.

முகவர்களிடம் விசாரியுங்கள். குழந்தை ஒவ்வொன்றின் பெயரிலும் குறைந்தபட்சம் மாதம் 500 ரூபாயாவது சேமியுங்கள். நீண்டகால சேமிப்பு என்பதால், பங்கு சந்தையிலும் முதலீடு செய்யலாம்.

23. நான் தனியார் கம்பெனியில் சாதாரண கிளார்க். வயது 57. இந்த ஆண்டு 10,000 முதலீடு செய்து 3 ஆண்டுகள் கழித்து எடுத்துக்கொள்ள எது சிறந்தது?

– G.ஷியாம் திலக், சோழவரம்

இதுதான் சேமிப்பே, வேறு ஏதுமில்லை என்றால், பொதுத் துறை வங்கிகள் ஏதாவது ஒன்றில் 3 வருட பிக்செட் டிப்பாசிட் போடுங்கள். வேறு சேமிப்புகள் இருக்கிறது என்றால், பாதிப்பணத்தை, லாங் டர்ம் ஈக்விட்டி பண்ட் போன்ற பரஸ்பர நிதிகள் ஏதாவது ஒன்றில் முதலீடு செய்யுங்கள். மீதிப் பணத்தை வங்கியில் FD போடுங்கள்.

24. வங்கிகளில் டிப்பாசிட் போடுவது லாபமில்லை என்கிறார்களே! தவிர அதில் ஆபத்தும் இருக்கிறதாமே!

– ராகவன்ஜி, குரோம்பேட்டை

ஏன்? வங்கிகளுக்கு என்ன குறை! வங்கிகளில் பணம் வைப்பதில் ஒன்றும் ஆபத்து இல்லை. எப்போதாவது ஒரு வங்கி, குளோபல் டிரஸ்ட்போல, எஸ் வங்கி போல மஞ்சள் நோட்டீஸ் கொடுப்பது உண்டுதான். அதை (தலை)விதி என்பார்கள் சிலர். அப்படி நடப்பது விதி அல்ல, விதி விலக்கு.

வங்கிகளில் ஒருவர் வைத்திருக்கும் பணத்திற்கு, அது எஃப்.டி.யோ, ஆர்.டி.யோ அல்லது சேமிப்புக் கணக்கில் உள்ள நிலுவைப் பணமோ, மொத்தமாக 5 லட்ச ரூபாய் வரை காப்பீடு உண்டு. ஒவ்வொரு வகையான கணக்கிற்கும் தனித்தனியே 5 லட்சம்.

ஒருவர் 4 லட்சம் வைத்திருந்தால் 4 லட்சம்தான். அதிகபட்சமாகத்தான் 5 லட்சம். தாமதமாகும்தான். ஆனால் கிடைத்துவிடும். இப்படி எந்த வங்கியில் வைத்திருந்தாலும் மற்றும் எத்தனை வங்கிகளில் வைத்திருந்தாலும்.

25. பணம் குட்டி போடும் என்று சொல்ல கேள்விப்பட்டிருக்கிறேன். எனக்கு மட்டும் போடுவதில்லையே!

– அசோக், மறையூர்

சரியாக முதலீடு செய்தால், குட்டி என்ன, மாடே போடும் பணம். சிலருக்கு மாட்டுப் பண்ணைகளையே போட்டிருக்கிறது. 'ஓல்ட் மாகாபலிபுரம் சாலை' , 'கோல்ட் மகாபலிபுரம் சாலை'யான கதை தெரியாதா?

பூட்டி வைக்கிற பணம் மூச்சடைத்து திணறும். பிறகு எங்கே குட்டி போடுவது! சுழலுவதில் தான் இருக்கிறது பணத்தின் விரிவு. சுழற்றுங்கள் காற்றடிக்கிற பக்கம்.

26. இது சேமிக்கிற நேரமா? செலவழிக்கிற நேரமா?

– ஆர். மாதவன், கோடம்பாக்கம்

கண்டிப்பாக ஜாக்கிரதையாக இருக்க வேண்டிய நேரம். அமெரிக்காவில் ரெஷசன் வரும் போலத் தெரிகிறது. ரஷ்யா, உக்ரைன் போர் முடிந்தபாடில்லை. போதாததற்கு மேற்கு ஆசியாவில் பாலஸ்தீனம்-இஸ்ரேல் போர் வேறு.

27. “உங்கள் நம்பர் தேர்வாகியிருக்கிறது. அதனால் உங்களுக்கு 10 மில்லியன் டாலர் பரிசு விழுந்திருகிறது. அதைப் பெற நீங்கள் செய்யவேண்டியது…” என்பது போல மொபைல் போனில் குறுஞ்செய்திகள் வருகின்றனவே!

– ஆர். ரவி, குடியாத்தம்

இப்போது அப்படியெல்லாம் செய்திகள் வந்தால் அமைதியாக ‘டிலீட்’ செய்வீர்கள். ஆனால், சில ஆண்டுகளுக்கு முன்பு?

உண்மையிலேயே நமக்கு ஏதோ விழுந்திருக்கிறதோ என்று சின்ன சந்தேகம் வந்திருக்குமே! அப்படி வந்திருந்தால், அதன் பெயர் சந்தேகம் அல்ல, ஆசை. பேராசை இல்லைதான். ஆனாலும் ஆசைதான். வேண்டுமானால் சின்ன நப்பாசை என்று சொல்லிக்கொள்ளலாம்.

இதுபோன்ற ஆசைதான், எலியை பொறியில் மாட்ட வைக்கும் ‘மசால் வடை ஆசை’.

பணம் செய்ய குறுக்கு வழிகள் இல்லை. அப்படியேதும் இருப்பதாய்ச் சொன்னால் அதில் ஆபத்து இருக்கும்.

28. சேமிப்பை முதலீடு செய்யும்போது கவனிக்க வேண்டியவற்றுக்கு பட்டியல் தரமுடியுமா?

–ராஜு, சிவகங்கை

எந்த முதலீட்டிற்கும் மூன்று முக்கிய அம்சங்கள் பார்க்கவேண்டும்.

முதலாவது, போட்ட பணம் பத்திரமாக இருக்குமா? இதுதான் 'சேப்டி.'

இரண்டாவது, போட்ட பணத்தை, வேண்டும் என்றால் திரும்ப எடுக்க முடியுமா? இதன் பெயர் 'லிக்விடிட்டி'

மூன்றாவது, போடுகிற பணத்திற்கு என்ன வருமானம் கிடைக்கும்? இதை, 'ரிட்டர்ன் ஆன் இன்வெஸ்ட்மெண்ட்' (ROI) என்பார்கள்.

29. வீடு பிளாட் வாங்குகிறவர்களுக்கு உங்கள் பரிந்துரை என்ன?

– சேரன், குப்பம்

முக்கியமாக நினைவில் வைத்துக்கொள்ளவேண்டியவை என்றால்,

- *முதல் வீடு, குடியிருக்க என்பது சரி. குடிருக்க, சென்று வர ஒத்துவரும் இடமாகப் பார்த்து, இடம் தொடர்பான பத்திரங்களை வழக்குரைஞர்களிடம் காட்டி, 'லீகல் ஒப்பினியன்' பெற்று, அதன் பின் திருப்தியாக இருந்தால் மட்டுமே வாங்குங்கள்.*
- *வாங்கும் வீடு, பிளாட் நீங்களே குடியிருப்பதற்கு அல்ல. விலை ஏறி, முதலீடு பெருக என்றால் கொஞ்சம் யோசியுங்கள்.*
- *உணர்வுகளுக்கு இடம் கொடுத்து சிக்கிக்கொள்ளாதீர்கள்.*

30. ஓரளவு மட்டுமே வசதியாக இருக்கிற மாத சம்பள காரன். என் சேமிப்பில் நான் எவற்றை எல்லாம் செய்யவேண்டும்?

–நாகப்பன், தேவகோட்டை

நீங்கள் சேமிக்க வேண்டியது, சேர்த்து வைக்க வேண்டியது இப்படி இருந்தால் நலம்.

- ரொக்கம் அல்லது வங்கி வைப்பு- மூன்று முதல் ஆறு மாத தேவைக்கு
- வீட்டுப் பெண்களுக்கு கொஞ்சம் தங்க நகை
- குடியிருக்க வாடகை கொடுக்க வேண்டாத, எவரும் காலி பண்ணச் சொல்லாத வீடு- அதற்காக தேவைப்படும் பிளாட்டுக்கு கட்டும் மாதாந்திர தவணைத் தொகை
- தன் மேற்படிப்பு, பிள்ளைகள் படிப்பு, திருமணம் போன்ற குறிபிட்ட தேவைகளுக்கான சேமிப்பிற்காக கட்டும் பரஸ்பர நிதியின் எஸ்.ஐ.பி.
- தனது மாத வருமானத்தைப் போல 100 மடங்கு ‘சம் அஷ்சூர்டு’ க்கான டர்ம் இன்சூரன்ஸ். அதற்கான பிரிமியத் தொகை
- தனக்கும் தன் குடும்பத்துக்குமான மருத்துவ காப்பீடு. அதற்கான பிரிமியத் தொகை.
- மாதம் பிறந்தால் அதுவாக வங்கிக்கணக்கில் வந்து விழுகிற பணம். ஓய்வூதியமோ அல்லது வட்டிப் பணமோ, அல்லது வாடகைப் பணமோ. அதை உருவாக்கத் தேவையான சேமிப்பு அல்லது முதலீடு.
- ஏதும் அவரசர மருத்துவத் தேவை என்றால் சமாளிக்கிற அளவு மருத்துவ காப்பீடு அல்லது வங்கியில் வைத்திருக்கும் கணிசமான தொகை.
- கூடுதலாக சேரும் பணத்தில் விலை ஏறக்கூடிய இடம்

மேற்சொல்லப்பட்டிருப்பவை சொல்லப்பட்டிருக்கும் வரிசைப்படி.. முதலில் சொல்லபட்டிருப்பவை முதலில்... அடுத்தடுத்து மற்றவை.

வியாபாரம் வெற்றிபெற விளம்பரம் அவசியம்தானே?

– வேணுகோபால், நாமக்கல்

சில ஆண்டுகளுக்கு முன்னால் பிரிட்டிஷ் ரயில்வேயின் வியாபாரம் மந்தமானது. (அங்கே ரயில்வேயில் தனியார் நிறுவனங்களும் உண்டு). ஒரு பிரபலமான விளம்பர கம்பெனியை அணுகி, என்ன செய்து, வாடிக்கையாளர்களை திரும்ப வரவழைக்கலாம் என்று யோசனை கேட்டார்கள்.

"எங்கள் அலுவலகத்துக்கு நாளை காலை 10 மணிக்கு வாருங்கள், அங்கே பேசலாம்" என்றார் விளம்பர நிறுவனத்தின் தலைமை அதிகாரி. மறுநாள், பிரிட்டிஷ் ரயில்வேயின் உயரிகாரிகள் இருவர், குறிப்பிட்ட நேரத்திற்குப் விளம்பர நிறுவனத்திற்கு போனார்கள். வரவேற்பரையில் சிடுசிடுத்தார் ரிசப்ஷனிஸ்ட். "இப்ப யாரையும் பார்க்க முடியாது. காத்திருங்கள்" என்றார். ஒரு மணிநேரம் ஆன பிறகு, எவரோ ஒருவர், அவர்களை வேண்டா வெறுப்பாக ஒரு அறைக்குள் அழைத்துப் போனார். அந்த அறை நாற்றம் அடித்தது. தரையெல்லாம் குப்பை. தவிர அங்கேயும் எவரும் அவர்களை கண்டுகொள்ளவில்லை. "நாங்கள் இன்னாரைப் பார்க்க வந்திருக்கிறோம். அவர் தான் நேரம் கொடுத்து வரச்சொன்னார்"

என்றார்கள். அதற்கென்ன என்பதுபோல பார்த்துவிட்டு பதில் சொல்லாமலே போனார்கள்.

“நாங்கள் யார் தெரியுமா?” என்று கத்தியதற்கும், பலன் இல்லை. எவரும் பொருட்படுத்தவேயில்லை. பொறுமையிழந்த பிரிட்டிஷ் ரயில்வே உயரதிகாரிகள், “இதுதானா நீங்கள் நிறுவனம் நடத்தும் லட்சணம்! உங்களை நம்பி எப்படி எங்கள் வேலையை ஒப்படைப்பது?” என்று கிளம்ப முயற்சிக்க, அப்போது அந்த நிறுவனத்தின் தலைமை அதிகாரி வந்தார்.

“தொந்திரவுகளுக்கு மன்னிக்கவும். எங்கள் இடம் எப்போதும் இப்படி இருக்கவே இருக்காது. நாங்கள் எவரிடமும் இப்படி நடந்துகொள்ள மாட்டோம். கடந்த இரண்டு மணிநேரங்களாக நாங்கள் நடத்தியது முழுக்க உங்களுக்கான நாடகம்.”

“நாடகமா! எதற்காக?”

“உங்கள் பிரிட்டிஷ் ரயில்வே வாடிக்கையாளர்களிடம் எப்படி நடந்துகொள்ளுகிறது என்பதை உங்களுக்கு உணரவைப்பதற்குத்தான். உங்களுக்குத் தேவை, விளம்பரம் அல்ல. வாடிக்கையாளரை சரியாக நடத்தும் அணுகுமுறைதான் என்பது இப்போது புரிந்திருக்குமே!”

திருப்தியான வாடிக்கையாளர் ஒருவரிடம் சொல்லுவார். அதிருப்தியானவர் பத்து பேரிடம் சொல்லுவார். உஷார்.

3. பணம்

31. ஐரோப்பா முழுக்க ஒரே நாணயமா?

– சுந்தர்ராஜன், மாம்பலம்

ஆமாம். என்ன மெதுவாக கேட்கிறீர்கள்! அது ஆகி ஆண்டுகள் ஆகின்றன பல.

1999 ஆம் ஆண்டு ஜனவரி 1 முதல் யூரோ நடைமுறையில் இருக்கிறது. மற்ற நாடுகளும் ஏற்றுக் கொண்டிருக்கின்றன.

இதற்கென்று ஒரு மத்திய வங்கியும் இருக்கிறது.

யூரோ சோன் எனப்படும் ஐரோப்பாவில் இருக்கும் கீழ்கண்ட 20 நாடுகள் இந்த நாணயத்தை அவர்களின் நாணயமாக பயன்படுத்துகின்றன

1. Austria	*2. Belgium*	*3. Croatia*	*4. Cyprus*
5. Estonia	*6. Finland*	*7. France*	*8. Germany*
9. Greece	*10. Ireland*	*11. Italy*	*12. Latvia*
13. Lithuania	*14. Luxembourg*	*15. Malta*	*16. Netherlands*
17. Portugal	*18. Slovakia*	*19. Slovenia*	*20. Spain*

32. டிஜிட்டல் பணம் என்பது கிரிப்டோ கரன்சி தானே?

–மெர்சி, அயன்புரம்

இல்லை..... கரன்சி வேறு. டிஜிட்டல் பணம். வேறு கிரிப்டோ கரன்சி என்பது புதிய வகை, தனியார் உருவாக்குகிற, அரசின் உத்தரவாதம் இல்லாத ஒரு முதலீட்டு பொருள். வர்த்தகம் செய்யப்பட்டுக் கொண்டிருக்கும் மின்னணு தனியார் பணம்.

ஆனால், டிஜிட்டல் பணம் என்பது அரசாங்கங்கள் வெளியிடுகிற பணம்தான். உதாரணத்திற்கு இந்திய ரூபாய். அது காகிதமாக புழக்கத்தில் இருக்கிறது. அதே பணத்தை காகிதம் இல்லாமல் குறிப்பிட்ட டினாமினேஷன்களில் அரசு வெளியிட முடியும். அதற்கு உருவம் இருக்காது. அதை போன் அல்லது கம்ப்யூட்டர் மூலமாக ஒருவர் கணக்கில் இருந்து மற்றொருவர் கணக்கிற்கு மாற்றமுடியும். அவரவர் வங்கி கணக்கு போல 'வாலெட்' என்கிற பணப்பையிலே கம்ப்யூட்டரில் வைத்து வைக்க முடியும். அச்சடிக்கும் வேலை, போலி நோட்டுகள், வைத்து வைப்பதற்கான இடம், எடுத்து செல்வதில் உள்ள சிரமங்கள் ஆகியவற்றில் டிஜிட்டல் கரன்சி பெரிய முன்னேற்றம். மற்ற நாடுகளைக் காட்டிலும் இந்தியா அதை அறிமுகப்படுத்துவதில் வேகமாக இருக்கிறது.

33. 2000 ரூபாய் நோட்டுகளை அச்சு அடித்துக் கொடுத்த சில ஆண்டுகளிலேயே அந்த நோட்டுகள் செல்லாது என்று அரசு ஏன் அறிவித்தது, திரும்பப் பெற்றது?

– கௌரி, பல்லாவரம்

பெரிய டினாமினேஷன் தாளாக இருக்கிறபோது, அதை சுலபமாக வேறு ஒருவருக்கு யார் கொடுத்தார்கள் என்று அடையாளம் தெரியாத வகையில் கொடுக்க முடிகிறது. வாங்கிக் கொள்பவருக்கும் பதுக்கி வைத்துக்கொள்வது சுலபம். இது லஞ்சம் கொடுப்பவர்கள்

வாங்குபவர்கள் ஊழல் செய்பவர்களுக்கு உதவக்கூடிய வகையில் அமைந்திருக்கிற பணம். கருப்பு பணம்.

அதனால்தான் 1000 ரூபாய் நோட்டைத் தூக்கிவிட்டார்கள். அது சரிதான். அப்படி நினைத்தவர்கள் பிறகு ஏன் 2000 ரூபாய் நோட்டு வழங்கினார்கள்? 1000 ரூபாய் நோட்டைக் காட்டிலும் அது மோசமானதல்லவா? பிறகு ஏன் அச்சடித்துக் கொடுத்தார்கள்! அதுதானே கேள்வி?

500 ரூபாய். 1000 ரூபாய் நோட்டுகள் செல்லாது என்று அறிவிப்பது பிரதமரின் திட்டம். எப்போதிலிருந்து செல்லாது என்பதற்கு அதிக அவகாசம் கொடுத்து அறிவித்தால் அந்த குறிப்பிட்ட தேதிக்குள் பலரும் அதை மாற்றி விடமுடியும்.

அப்படி தவறானவர்கள் கையில் இருக்கிற, தவறாக சேர்த்த பணம் மாற்றிவிடப்பட்டால், நோக்கம் நிறைவேறாது. அதனால்தான் 'இன்று இரவு முதல்' என்று மிக குறைந்த அவகாசம் கொடுத்து அது அறிவிக்கப்பட்டது.

அதற்குப் பிறகு செலவழிக்கப்படும் மற்றும் வங்கிகள் மூலம் 500 மற்றும் 1000 ரூபாய் நோட்டுகளுக்கு கணக்கு கேட்பார்கள்.

வங்கிகளில் சமர்பிக்கப்படும் அத்தனை 500, 100 ரூ. நோட்டுகளுக்கும் கேட்கிற அளவு புதிய தாள்கள் வழங்க வேண்டுமென்றால், மிக அதிக அளவில் புதிய நோட்டுகள் அச்சடிக்கபட்டுத் தயாராகஇருக்கவேண்டும்.

அத்தனை ஆயிரம் கோடி ரூபாய் நோட்டுகளை எவருக்குமே தெரியாமல் ரகசியமாக அச்சடிக்க இயலாது. அமைச்சரகம், ரிசர்வ் வங்கி தவிர பல்வேறு வங்கிகளுக்கும் அதன் மூலம் மேலும் பலருக்கும் தெரிய வந்துவிடும்.

வங்கிக்கு வரும் ஒவ்வொரு 500 ரூபாய் நோட்டுக்கும் அவர்கள் புதிய 500 ரூபாய் நோட்டு கொடுக்க வேண்டும். ஒவ்வொரு ஆயிரம் ரூபாய் நோட்டுக்கும் புதிய ஆயிரம் ரூபாய் அல்லது இரண்டு

500 ரூ. கொடுக்க வேண்டுமென்றால், பல ஆண்டுகளாக அடித்து புழக்கத்தில் விடப்பட்டிருக்கும் அத்தனை தாள்களுக்கும் ஒரே சமயத்தில் புதிய நோட்டுகளை கொடுக்க முடியாது.

அவ்வளவு அச்சடிப்பதற்கு நிறைய கால அவகாசம் தேவை. காரணம், எல்லா இடங்களிலும் இந்த நோட்டை அச்சடிக்க இயலாது. அதற்கென்று சில அச்சகங்கள் இருக்கின்றன. வழிமுறைகள் இருக்கின்றன.

எனவே ஒரு யுத்தி செய்திருக்கிறார்கள். அது நாலு நோட்டுகள் அச்சடிக்கிற இடத்தில் ஒரு நோட்டு அச்சடித்தால் போதும் என்கிற யோசனைதான். அதற்காகத்தான் அதுவரை இல்லாத புதிய டினாமினேஷனாக 2000 ரூபாய் நோட்டை அச்சடித்து எல்லோரையும் அதிர்ச்சிக்குள்ளாக்கினார்கள்.

வெறும் 500 ரூபாய் நோட்டாகவோ ஆயிரம் ரூபாய் நோட்டாகவோ மாற்று நோட்டுகள் அச்சடிக்க ஆகக்கூடிய நேரத்தை விட குறைவான நேரத்தில் 2000 ரூபாய் நோட்டுகளை அச்சடித்து வழங்கினார்கள். அதற்கே அதிக நேரமானது. கிடைக்கவில்லை.

பிறகு தொடர்ந்து அவர்கள் அச்சடித்துக் கொண்டே இருந்த காரணத்தினால், மெல்ல மெல்ல தேவையான அளவு 500 ரூபாய் நோட்டுகள் ரிசர்வ் வங்கியிடம் சேர்ந்தபின் 2000 ரூபாய் நோட்டுகளை புழக்கத்தில் இருந்து நீக்கிவிட்டார்கள்.

ஆக, ஒரு இடைப்பட்ட காலத்தில் உதவக்கூடிய ஒரு நோட்டாக வந்தது 2000 ரூபாய் தாள். திரும்பிப் போய்விட்டது.

34. வருமான வரிகள் நியூ ரெஜிம் என்கிறார்களே! என்ன பொருள்?

– கோபால், வில்லிவாக்கம்

சுருக்கமாகச் சொல்வதென்றால், பல ஆண்டுகளாக சேமிப்பிற்கு இருந்த வரிச் சலுகைகள் இனி இல்லை என்று பொருள்.

ஏற்கனவே நடப்பில் இருப்பது போலவே தொடர்ந்து இருப்பது ஓல்ட் ரெஜிம். முந்தைய ராஜ்ஜியம். மாறுபாடுகளுக்கு உட்பட்டு இருப்பது நியூ ரெஜிம். புதிய ராஜ்யம்.

ராஜ்ஜியம் என்றால் வேறு ஒன்றும் இல்லை. புதிய திட்டம் அல்லது வழிமுறை.

ஏற்கனவே நடப்பில் இருப்பது பல்வேறு வரிச் சலுகைகள் கொடுக்கிற திட்டம். உதாரணத்திற்கு, ஒருவர் அவருடைய ஊதியத்திலிருந்து அல்லது வேறு விதமாக கட்டுகிற சேமநலநிதி ஆயில் காப்பீட்டுக்காக கட்டுகிற பிரிமியம் 5 வருடங்களுக்கு போட்டு வைக்கிற பிக்சட் டெபாசிட் போன்ற இன்னும் சிலவற்றுக்கும் ஏடிசி என்கிற வருமான வரி செக்ஷன் கீழ் ஆண்டொன்று வருவாய் ஒன்றரை லட்சம் வரை வரி விளக்கு வழங்கப்படுகிறது. அதேபோல ஒருவர் எடுக்கிற மருத்துவ காப்பீட்டு பாலிசி பிரீமியம் கட்டும் தொகைக்கும் வரி விலக்கு உண்டு. கடன் வாங்கி வீடு கட்டினால் அந்த கடனுக்கு கட்டுகிற வட்டி தொகைக்கு முதல் வீட்டுக்கான கடன் தொகை வரி விலக்கு உண்டு.

இப்படி இருக்கிற வரி விலக்குகள் எதையும் ஒருவர் வேண்டாம் என்று சொல்லிவிட்டு புதிய முறைக்கு மாறினால் அவருக்கு வருமான வரி விகிதங்கள் குறைவாக இருக்கும்.

ஆண்டுக்காண்டு இந்த வரி விகிதங்களில் மாற்றங்கள் செய்வதால் அதை இங்கே குறிப்பிடவில்லை.

மொத்தத்தில் ஒருவர் புதிய ராஜ்யத்திற்கு வருமான வரி கட்ட விரும்பினால் அவருடைய சேமிப்புகளுக்கு வருமான வரி விலக்கே கிடையாது. ஆனால் அவருடைய வருமான வரி விகிதங்கள் குறைவாக இருக்கும்.

பழைய முறையில் வருமான வரி கட்ட விரும்புகிறவருக்கு, வருமான வரி விகிதங்கள் அதிகமாக இருக்குமானால் அவற்றிலிருந்து அவர் கூடுதல் வரி கட்டுவது தவிர்க்க சில குறிப்பிட்ட சேமிப்புகளை செய்து விலக்குப் பெறலாம்.

2023 ஆம் ஆண்டுக்கு முன்பிருந்தே வருமான வரி கட்டுகிறவர்களுக்குத்தான் இந்த விருப்பத்தேர்வு வாய்ப்பு கொடுக்கப்படுகிறது. மற்றபடி முதன்முதலாக வருமான வரி கட்டு தொடங்குகிறவர்கள் 2023க்குப் பிறகு கட்டினால் அவர்களுக்கு கட்டாயமாக புதிய ரெஜிம் மட்டுமே அனுமதிக்கப்படுகிறது.

35. ரஷ்யாவில் இருந்து கச்சா எண்ணெய் வாங்குவதால் இந்தியாவிற்கு லாபமா?

– ஜெயராஜ், திருநெல்வேலி

நிச்சயமாக பெரிய லாபம். ரஷ்யாவிற்கு மிக அதிகமான வருமானம் வருவது அதனுடைய கச்சா எண்ணெய் உற்பத்தி மூலமாகத்தான். ரஷ்யா-உக்ரைன் மீது போர் தொடுத்ததை கண்டித்து ரஷ்யாவின் வருமானத்தை குறைத்து, அதை போரில் தோற்கடிக்க செய்ய அமெரிக்கா உள்ளிட்ட மேற்கத்திய நாடுகள் செய்த ஒரு வேலை ரஷ்யாவின் கச்சா எண்ணெய் மற்றும் இயற்கை எரிவாயுவை வாங்கக்கூடாது என்பது.

ரஷ்யாவில் உற்பத்தி ஆகி கொண்டே இருக்கும், ஆனால் அதை வாங்குகிற நாடுகள் வாங்காது. அல்லது 60 டாலருக்கு மேல் பீப்பாய்க்கு கொடுக்காது. நாம் அனைவரும் ஒன்று சேர்ந்து மொத்தமாக வலியை குறைத்து ரஷ்யாவை கட்டுப்படுத்துவோம் என்பது நேட்டோ அமைப்பின் திட்டம்.

அப்படிப்பட்ட சூழ்நிலையில் இந்தியா தைரியமாக ரஷ்யாவிடம் 80 டாலர் விலையில் வாங்கியது. 60 டாலருக்கும் அதிகமான விலைதான். ஆனால், இந்தியா அரபு நாடுகளிலிருந்து இறக்குமதி செய்து கொள்ளும் அந்த நேரத்து உலக மார்க்கெட் விலையான 95 டாலரைக் காட்டிலும் குறைவு.

இதை ஐரோப்பிய நாடுகள் கண்டித்தன. ஆனாலும் இந்தியா அசரவில்லை. தொடர்ந்து வாங்கியது. ஒரு நேரத்தில் போருக்கு

முன்பாக இந்தியா இறக்குமதி செய்த மொத்த கச்சா எண்ணெயில் 5 சதவீதத்திற்கும் குறைவான எண்ணெய் ரஷ்யாவில் இருந்து வந்தது. ஆனால் அந்த போருக்கு பிறகு, ஒரு நேரம் இந்தியாவின் மொத்த இறக்குமதியில் 40 சதவீதம் வரை ரஷ்யாவில் இருந்துவந்தது.

ரஷ்யா மற்ற நாடுகளைவிட மிக விலை குறைத்து இந்தியாவிற்கு கொடுத்தது. அதனால் இந்தியாவிற்கு லாபம்தான்.

36. கிழிந்த ரூபாய் நோட்டுகளை கொடுத்தால் மாற்றித்தரும் ரிசர்வ் வங்கி, ஏன் கொஞ்சம் நெருப்பு பட்டிருந்தாலும் மாற்றித் தருவதில்லை?

– ஜி.எல். ராஜேந்திரன், திருச்சி 8

சேதமான ரூபாய் நோட்டுகளை மட்டுமில்லை. உடைந்த நாணயங்களையும் புழக்கத்தில் இல்லாத தாள்களையும் நாணயங்களையும் கூட, மத்திய ரிசர்வ் வங்கியில் பெற்றுக்கொண்டு, பணம் கொடுப்பார்கள். ரிசர்வ் வங்கியின் சென்னை, மும்பை, பெங்களூரு போன்ற இடங்களில் உள்ள, 20 பிராந்திய அலுவலகங்களில் மட்டுமல்ல, அனைத்து கமர்சியல் வங்கிகளிலுமே மாற்றித் தருவார்கள். தரவேண்டும் என்கிறது ரிசர்வ் வங்கியின் 'நோட் ரீபண்ட் ரூல்ஸ் 1975.'

கரன்ஸி சேதத்தில், 2 வகைகள் இருக்கின்றன. ஒன்று, ரூபாய்த் தாள், நைந்து, கிழிந்து விடுதல் தவிர, எண்ணெய், சாயம், இங்க் போன்றவை பட்டுவிடுதல். இப்படிபட்ட தாள்களை, 'சாயில்ட் நோட்' என்கிறார்கள். மற்றொரு விதமான சேதம், ரூபாய்த் தாள் துண்டாகிவிடுதல். (ஒரு பகுதி எரிந்துவிடுதலும் இதில் அடக்கம்) இவை 'மூட்டிலேட்டட் நோட்ஸ்' . ரூபாயின் ஒரு சில பகுதிகள் இல்லாமல் இருந்தாலும் அவற்றையும் மாற்றிக்கொள்ள வழி உண்டு. ஆனால் குறைந்தபட்சம் நோட்டின் பாதியளவாவது இருக்க வேண்டும். (பாதி அளவுக்கான பணம் தரப்படும்).

எண்களில் பாதகமில்லாமல் தாள் குறுக்காக கிழிந்து 2 பகுதிகளும் இருந்தால், அதுவும் 'சாயில்ட்' வகையைச் சேர்ந்ததுதான்.

வரிசையில் நின்றுதான் கொடுக்க வேண்டும் என்பதில்லை. ரிசர்வ் வங்கியில் தரப்படும் ஒரு கவரில், நோட்டை வைத்து விபரம் எழுதி, சுய முகவரியும் வங்கி கணக்கு விபரமும் எழுதி, அதே வங்கியில் வைக்கப்பட்டிருக்கும் "Triple Lock Receptacle (TLR)". பெட்டியில் போட்டுவிடலாம். நேரில் வரமுடியாவிட்டால், அதே போல, ஒரு கவரில் சேதமான பணத்தை வைத்து, சுயமுகவரி எழுதி, அதனை ரிசர்வ் வங்கிக்கு பதிவு தபாலில் அனுப்பலாம். இன்சூர் செய்யப்பட்ட தபாலாக அனுப்புவது நல்லது.

அனுப்பிய அளவு (முழு) பணத்தை, நம் வங்கி கணக்கில் வரவு வைப்பார்கள். கணக்கு இல்லாவிட்டால் டிராப்ட் அல்லது மணியார்டர் மூலம் செலவு தொகையை கழித்துக்கொண்டு, மீதிப் பணத்தை வீட்டு முகவரிக்கு அனுப்பிவைப்பார்கள்.

அவர்கள் மாற்றித்தர மாட்டார்கள் என்றால், அது மதம் மற்றும் அரசியல் கோஷங்கள் ஏதும் எழுதியிருக்கும் நோட்டுகள்தான். (கள்ள நோட்டுக்கும்தான்). மற்றபடி எல்லாவற்றுக்கும் மாற்று உண்டு, நெருப்புப் பட்ட ரூபாய் தாள்கள் உட்பட.

37. ரூபாய், டாலர் மதிப்பு என்கிறார்கள். புரியவில்லையே!

– ஜெய்ஶ்ரீ, மடிப்பாக்கம்

சுலபமாக புரிந்துகொள்ளமுடியும். ஒருவர் தக்காளி பயிரிடுகிறார். மற்றொருவர் காலிபிளவர் வியாபாரம் செய்கிறார். இருவருக்குள்ளும் பண்ட மாற்று உண்டு. காசு, பணம் கிடையாது. 'இதற்கு அது' என்பதுபோன்ற பண்ட மாற்றுதான் என்று வைத்துக்கொள்ளுவோம்.

முன்பெல்லாம் ஒரு காலிபிளவர் பெற்றுக்கொண்டு நம்ம ஆள், 25 (எண்ணிக்கையில்) தக்காளி கொடுத்துக்கொண்டிருந்தார். போகப் போக, அது மாறியது. ஒரு கட்டத்தில் 44 தக்காளி கொடுத்தால்தான்

ஒரு காலிபிளவர் கிடைக்கும் என்கிற நிலை. பின்னால் தக்காளிக்கும் மதிப்பு கூடி, 43, 42, 40, 39 என்று குறைந்த எண்ணிக்கை தக்காளி கொடுத்தாலே ஒரு காலிபிளவர் கிடைத்தது. பிறகு மீண்டும், காலிபிளவருக்கு கிராக்கி. அதனால் அதன் மதிப்பு கூடிப்போய், 45, 46, 47, 48 என்று உயர்ந்துகொண்டேபோய், 2023ல் 84ல் நிற்கிறது.

சந்தையில் காலிபிளவர், தக்காளி மட்டும்தான் இருக்கிறதா என்ன? வெண்டை, முருங்கை, கத்திரி, புடலை என்று பல காய்களும் இருப்பதுபோல, ஜப்பானிய யென் (yen), ஐரோப்பிய யூரோ, ரஷ்ய ரூபிள், சீனத்து மாண்டிரீன் என்று பல கரன்சிகள் உண்டு. இவற்றில் எந்த ஒரு பணத்திற்கு எதிராக வேறு ஒரு பணத்தின் மதிப்பு மாறினாலும் அது, மற்ற பணங்களையும் (கரன்சிகள்) பாதிக்கும்.

ஒரு டாலருக்கு 84 ரூபாய் கொடுப்பதுப் போய், ஒரு ரூபாய்க்கு 84 டாலர் கொடுக்கும் நிலை வருமா? வரவேண்டும் என்றுதானே ஒவ்வொரு இந்தியனும் நினைப்பான்/ள். அந்த நிலையை வரவழைப்பதற்கு, நாம் டாலர் இல்லாமல் சமாளிக்க வேண்டும். ஆனால் இறக்குமதி செய்வதென்றால் அதற்கு டாலர் தேவைப்படுகிறதே! இறக்குமதியைவிட கூடுதலாக ஏற்றுமதி செய்தால் போயிற்று என்கிறீர்களா? ரொம்ப ஸ்மார்ட் மேடம் நீங்க. அதைத்தான் செய்ய வேண்டும். அதற்கு பெட்ரோல் பயன்பாட்டையும் தங்கம் வாங்குவதையும் குறைத்தால்கூட போதும்.

38. நிறைய போலி ரூபாய் நோட்டுகள் உலாவுகிறதாமே!

– அ. யாழினி பர்வதம், சென்னை – 78

ரிசர்வ் வங்கியின் 2007-08ம் ஆண்டறிக்கை படி, 2007-08ல் மட்டும் கண்டுபிடிக்கப்பட்ட போலி ரூபாய் நோட்டுகளின் மதிப்பு ரூபாய் ஐந்தரைக் கோடி. அதற்கும் முந்தைய ஆண்டு ரூ. 2 கோடி 31 லட்சம். இவை, கண்டுபிடிக்கபட்டனவற்றின் மதிப்புதான்.

கள்ள நோட்டுகளை தங்களின் சுயலாபத்துக்காக சிலர் அச்சடிப்பது பற்றி தெரியும். ஆனால் சமீபத்தில் கண்டுபிடிக்கப்பட்டிருக்கும் அளவை வைத்து, இதன் பின்னணியில் ஒரு அந்நிய நாடே இருக்குமோ என்கிற சந்தேகம் வந்திருக்கிறது. பொருளாதாரத்தை சீர்குலைப்பது அவர்களின் நோக்கமாக இருக்கலாம். மிகப்பெரிய அளவில் நோட்டுகள் அச்சடித்து, புழக்கத்தில் விட்டால், அதுவும் பணவீக்கத்திற்கு காரணமாக அமையும்.

இதை சரி செய்வதற்கும் சேர்த்துதான் 2016ம் ஆண்டு 500 மற்றும் 100 ரூபாய் நோட்டுகள் செல்லாது என்று பிரதமர் மோடி அறிவித்தார். போலி நோட்டுகள் ஒழிந்திருக்கலாம். ஆனால் அந்த காலகட்டம் சாதாரண மக்களை அதிகம் கொடுமைப்படுத்திவிட்டது.

‘கிரியேட்டிவ்’ ஆக யோசிக்க வேண்டும் என்கிறார்களே. அதன் பொருள் என்ன?

– ராம் மோகன், திருவெற்றியூர்

கால்பந்தய ஆட்டங்கள் டிராவிலேயே முடிந்து போரடிப்பதை தவிர்ப்பது எப்படி? என்று யோசனை கேட்க, ஒருவர் தெரிவித்த யோசனை என்ன தெரியுமா? கடைசி பத்து நிமிடங்கள், எக்ஸ்டிரா நேரத்தில், இரண்டு அணியிலும் கோல் கீப்பர்கள் இருக்ககூடாது. அதுதான் யோசனை. எவருக்காவது தோன்றுமா? இருப்பதை அப்படி இப்படி மாற்றி மேம்பாடு செய்வதல்ல. முற்றிலும் புதியதாக உருவாக்குவது. அதுதான் கிரியேட்டிவிட்டி.

4. பண வீக்கம், வட்டி விகிதங்கள்

39. வீட்டுக் கடன் வாங்கும்போது கவனிக்க வேண்டிய அம்சங்கள் என்னென்ன?

– சதீஷ், மடிப்பாக்கம்

முதலாவது நமது வீட்டின் மதிப்பில் எத்தனை சதவிகிதம் கடன் கிடைக்கிறது என்பதைக் கவனிக்க வேண்டும்.

அடுத்ததாக வீட்டுக் கடனுக்கான புராசசிங் ஃபீஸ் மற்றும் பிற கட்டணங்கள் ஏதும் உண்டா, அது எவ்வளவு போன்றவற்றைத் தெரிந்துகொள்ளவேண்டும்.

மூன்றாவதாக வட்டி விகிதம் எவ்வளவு என்பதுடன் அது நிலையான வட்டி விகிதமா அல்லது மாறும் வட்டி விகிதமா என்பதையும் வைத்து முடிவு செய்யவேண்டும்.

எத்தனை ஆண்டுகளுக்கு கடனை திருப்பிச் செலுத்தப் போகிறோம், அந்த ஆண்டுகளை மாற்றும்போது மாதத் தவணை எப்படி மாறுகிறது என்பதையும் தெரிந்து கொள்ளவேண்டும். அதற்கேற்றபடி காலக்கெடுவை முடிவு செய்யவேண்டும்.

நாம் வங்கியில் கொடுக்கும் ஆவணங்களுக்கு உரிய ரசீது தரப்பட்டிருக்கிறதா என்பதையும் உறுதி செய்யவேண்டும்.

40. மத்திய அரசு வங்கிகள், கூட்டுறவு வங்கிகள், அஞ்சலகங்கள் போன்றவற்றில் தரும் வட்டி விகிதங்கள் இடையே எதனால் வித்தியாசம்?

– என். சண்முகம், திருவண்ணாமலை

இந்த மூன்று அமைப்புகளும் அரசு நிறுவனங்கள்போல தோன்றினாலும் அவர்களின் முதலாளிகள் மற்றும் நோக்கங்களுக்கு இடையே வேறுபாடுகள் இருப்பதுதான் இதற்கு காரணம்.

1) பொதுத்துறை வங்கிகளாக இருந்தாலும் அவற்றுக்கு தனி நபர் (பிரைவேட்) பங்குதாரர்களும் உண்டு. அதனால் சேவை மட்டுமே அவர்களுடைய குறிக்கோள் இல்லை. லாபமும் சம்பாரித்தாக வேண்டும். அரசுடமையாக்கப்பட்ட வங்கிகளுக்கு, 1990-களின் தொடக்கத்திலேயே ‘என்ன வட்டிக்கு கடன் கொடுப்பது?’ என்கிற முடிவை அவர்களே எடுக்கலாம் என்கிற சுதந்திரம் கொடுக்கப்பட்டுவிட்டது. அதாவது Interest Rate control போய்விட்டது.

இதனால்தான் பொதுத்துறை வங்கிகளுக்கு இடையே கூட வட்டி விகிதங்களில் வேறுபாடுகள். போட்டி காரணமாக வங்கிகள் வட்டியை மிக அதிகமாக குறைத்துவிடக்கூடாது என்பதற்காக ‘குறைந்தபட்சம் அளவு’ என்பதுதான் ரிசர்வ் வங்கி வங்கிகளுக்கு கொடுத்திருக்கும் நிபந்தனை.

2) அஞ்சலங்கள் முழுக்க முழுக்க மத்திய அரசுக்கு சொந்தமானவை. சிறுசேமிப்பை ஊக்குவிக்க வேண்டும் என்பதுதான் அவர்களின் பிரதான நோக்கம். அதற்காக கொஞ்சம் கூடுதல் வட்டி கொடுத்து ஈர்க்கிறார்கள். சேரும் பணத்தை மத்திய அரசு அதன் திட்டங்களுக்கு பயன்படுத்தும்.

3) கூட்டுறவு வங்கிகள், மாநில அரசின் கட்டுப்பாட்டில் வருபவை. நோக்கம், பயிர்க் கடன் போன்ற, அரசு கொடுக்க நினைக்கும் பிரிவினருக்கு கடன் கொடுப்பது. அதற்காக மக்களிடம் இருந்து 'டிப்பாசிட்' பிடிக்கிறார்கள். சந்தையில், மற்ற வங்கிகளுடன் போட்டியிட்டு போதிய அளவு டெப்பாசிட் பெறவேண்டும் என்றால், அவர்களும் சந்தையில் நிலவும் அல்லது அதைவிட கூடுதலான வட்டி கொடுக்க வேண்டும். ஆனால் குறைந்தவட்டிக்கு கடன் கொடுக்கவேண்டும்.

கூட்டுறவு வங்கிகளின் நோக்கம் லாபம் சம்பாதிப்பதல்ல. தவிர நட்டம் ஏற்பட்டால் கூட அதை தொடர்புடைய மாநில அரசுகள் ஏற்றுக்கொள்ளும்.

41. மத்திய ரிசர்வ் வங்கி, 'சி.ஆர்.ஆர்' ரை குறைக்கிறது, அதிகரிக்கிறது என்றெல்லாம் அவ்வப்போது செய்திகள் வருகிறதே! CRR என்றால் என்ன?

– எம். ஜெயபால், மன்னார்குடி

வங்கிகளின் பிரதான வேலை (தொழில்) என்ன? பணம் வைத்திருப்பவர்களிடம் இருந்து டிப்பாசிட் பிடித்து, கேட்பவர்களுக்கு கடன் கொடுப்பது.

வங்கியை நடத்துவதற்கு பணம் வேண்டும். தவிர வங்கியின் நிறுவனர்களுக்கு லாபமும் வேண்டும். இந்த இரண்டு காரணங்களுக்காக, டிப்பாசிட்தாரர்களுக்கு கொடுக்கும் வட்டியைவிட, கடன் வாங்கியவர்களிடம் வங்கிகள் கூடுதல் வட்டி வசூலிக்கும். இந்த வட்டி வித்தியாசத்தை, நெட் இண்ட்ரஸ்ட் மார்ஜின். சுருக்கமாக NIM என்பார்கள்.

லட்சக்கணக்கானவர்களிடம் பணத்தை வாங்கி, அதைக் கேட்பவர்களுக்கு கடனாக கொடுத்து, பின் வசூலித்து, லாபம் பார்க்க முயற்சிக்கையில், சில சிக்கல்கள் வரலாம். கடன் வாங்கியவர்களில்

சிலர் திருப்பிக்கட்டாமல் போகலாம். அப்படி ஆகும் பணத்தை என்.பி.ஏ. என்பர். (கறவாத மாடு ஆகிவிட்ட கடன்கள்).

அப்படிப் பட்ட NPA க்கள் அதிகம் ஆகிவிட்டால் என்ன நடக்கும்? பாதிப்பு வரும். யாருக்கு பாதிப்பு வரும்? வங்கிக்கும் அதனால் அந்த வங்கியில் பணத்தை டிப்பாசிட் போட்டவர்களுக்கும்!

வங்கியில் பிரச்னை என்று தெரிய வந்தால், 'நான், நீ' என்று டிப்பாசிட் போட்டவர்கள் எல்லாம் தங்கள் பணத்தை ஒரே நேரத்தில் திரும்ப பெற முயற்சிப்பார்கள். கேட்பார்கள். அதன் பெயர் ரன் ஆன் பேங்க். அவ்வளவு பேருக்கும் வங்கியால் உடனடியாக பணம் கொடுக்க முடியுமா? முடியாது. காரணம், அவர்கள் டிப்பாசிட் செய்திருந்த பணத்தை வேறு பலருக்கும் வங்கி கடன்களாக கொடுத்திருக்கும். இதனால் என்ன ஆகும்? வங்கி பண நெருக்கடியில் சிக்கும். குழப்பம் அதிகரிக்கும். அப்படி ஏதும் நடந்தால் அது எவ்வளவு நபர்களை பாதிக்கும்!

இவற்றையெல்லாம் மனதில் வைத்துதான், ரிசர்வ் வங்கி, எல்லா வங்கிகளுக்கும் பொதுவான சில வழிகாட்டுதல்களை கொடுத்திருக்கிறது. அதில் ஒன்று தான் இந்த சி.ஆர்.ஆர்.(CRR). இந்த மூன்று எழுத்துகளின் விரிவு, 'கேஷ் ரிசர்வ் ரேஷியோ.'

வங்கிகள் டிப்பாசிட்டாக பிடித்த பணத்தில் ஒரு குறிப்பிட்ட சதவிகிதத்தை (பாதுகாப்பாக) ரிசர்வ் வங்கியிடம் கொடுத்து வைத்துவிடவேண்டும். கொடுத்துவைக்கும் வங்கிக்கு ஏதும் பிரச்சனை என்றால் இது உதவும். (இதுதவிர, எஸ்.எல்.ஆர். என்று மற்றொரு பாதுகாப்பும் இருக்கிறது). சி.ஆர்.ஆர். சதவிகிதம் 2011ம் ஆண்டில் 9% ஆக இருந்தது. பின்பு, அது 5.5 % ஆக குறைக்கப்பட்டது.

மே 2022 முதல் இந்தப்பகுதியை எழுதும் அக்டோபர் 2023 வரை 4.5 % ஆக இருக்கிறது . அப்படியென்றால், வங்கிகள் டிப்பாசிட் பிடிக்கும் மொத்த பணத்தில் 4.5 சதவிகித அளவை ரிசர்வ் வங்கியிடம் கொடுத்துவைக்க வேண்டும். இப்படி செய்தால் என்ன

ஆகும்? வங்கிகளால் கடன் தொகைகளாக புழக்கத்தில் விடப்படும் பணத்தின் அளவு ஓரளவு கட்டுப்படுத்தப்படும். பணப்புழக்கம் அதிகமாகிவிட்டது, விலைவாசி உயர்கிறது என்றால் ரிசர்வ் வங்கி சி.ஆர்.ஆர். அளவைக் கூட்டும். பணப்பழக்கம் குறைந்துவிட்டது அதை அதிகரிக்கவேண்டும் என்றால் சி.ஆர்.ஆர். அளவைக் குறைக்கும். ரிசர்வ் வங்க வசமிருக்கும் ஒரு 'மானிடரி டூல்' இது.

42. பணவீக்கம் என்றால் என்ன? எதை வைத்து முடிவு செய்கிறார்கள்? எதனால் வருகிறது?

– நாகராஜன், சென்னை – 6

போன ஆண்டு நூறு ரூபாய் கொடுத்து வாங்கிய சில பொருட்களை இப்போது அதே நூறு ரூபாய் கொடுத்து வாங்க முடியவில்லை என்றால் பணம் வீக்கமடைந்திருக்கிறது என்று பொருள்.

காற்று ஊத ஊத, பலூன் வீக்கம் அடைகிற மாதிரி, விலைகள் வீங்குகின்றன என்பதைத்தான் பணவீக்கம், (இன்பிளேஷன்) என்கிறார்கள். முன்பு 100 ரூபாய் கொடுத்து வாங்கிய பொருட்களின் தற்போதைய விலை 105 என்றால், பணவீக்கம் ஐந்து சதவிகிதம். அதே பொருட்களை வாங்குவதற்கு 108 ரூபாய் தேவைப்பட்டால், பணவீக்கம் எட்டு சதவிகிதம். அவ்வளவுதான்.

பணவீக்கம் 8% என்றால், 5000 ரூபாய் வருமானம் பெறும் குடும்பத்திற்கு அதே அளவு வாழ்க்கைத் தரத்தை பராமரிக்க, 5400 ரூபாய் தேவைப்படும். இதற்காக வருமானம் கூடுமா என்ன? அதனால், அவர்கள் வாங்கும் பொருட்களின் அளவைக் குறைத்துக்கொள்ள வேண்டியதுதான். அப்படி குறைவாக வாங்கி, குடும்பம் நடத்த முடியாதவர்கள் என்ன செய்வார்கள் என்கிறீர்களா? வேறு வழி? கடன்தான். அதனால்தான் பணவீக்கம் பற்றி இவ்வளவு அமளி துமளி.

8% உயர்வு என்றால் எல்லா பொருட்களும் ஒரே போல, 8 சதவிகிதம் விலை உயர்ந்திருக்காது. சில பொருட்களின் விலை குறையக்கூட குறைந்திருக்கலாம். மொத்தத்தில் சராசரியாக 8% உயர்வு.

நம் நாட்டில் பணவீக்கமாக பார்க்கப்படுவது, ஹோல்சேல் பிரைஸ் இண்டெக்ஸ் ஆன, WPIயைத்தான்.

2023 நிலவரப்படி WPI முறையில், மொத்தம் 697 பொருட்களின் விலைமாற்றங்கள், வாரம் ஒரு முறை கணக்கெடுக்கப்பட்டு, ஒரு மாதம் கழித்து வெளியிடப்படுகிறது. அதில் நூற்றுக்கு 24.4 பொருட்கள் தான் உணவுப் பொருட்கள். ஏனைய 75.6 பொருட்கள் மற்றவகையைச் சேர்ந்தவை.

முன்பு டைப்ரைட்டர், டூ இன் ஒன், கருப்பு வெள்ளை டி.வி எல்லாம் கூட இருந்தன. செல்போன் போன்றவை இல்லை. பின்னர் மாற்றினார்கள்.

2022ல் இந்தியாவின் பணவீக்கம் 6.7% ஆக இருந்தது. ஆகஸ்ட் 23ல் 6.9% ஆக உயர்ந்தது. கொரோனா, உக்ரைன் மீது படையெடுப்பு, ஸ்ரேல் போர் என பல காரணங்களால். உலகெங்கிலுமே விலைவாசி உயர்வுதான்.

2023ல் யு.கே. 6.7%, பங்களாதேஷ் 9.92%, பாகிஸ்தான் 27%. இவர்களை எல்லாம் தூக்கி சாப்பிடுவதுபோல, டர்க்கி 58% பணவீக்கம்.

இப்போதைய உலகளாவிய பணவிக்கத்திற்கு, உணவுப் பொருட்களின் விலை உயர்வும், கச்சா எண்ணைய் விலை உயர்வுமே முக்கிய காரணங்கள்.

இத்தனைக்கும் கடந்த பல மாதங்களாக பெட்ரோல், டீசல் விலை உயரவில்லை. மத்திய அரசு கேஸ் சிலிண்டர் விலையை 200 ரூபாய் குறைத்தது. இருந்தும் அக்டோபர் 23ல் இந்த நிலை.

43. பணவீக்கம் உயர்வதால் என்ன பிரச்சனை வரும்?

– விநாயகம், திருவாரூர்

பணவீக்கம் என்பது தெர்மாமீட்டர் காட்டும் சுரத்தின் அளவு போல. விலைவாசி உயர்ந்திருக்கிறது என்பதை காட்டும் அளவீடுதான் பணவீக்கம். அது, கடந்தகாலம் காட்டுகிறது. அதாவது ஒருமாதம் முன்பு இருந்த நி(வி)லையை, விலைகள் அதிகரித்திருப்பதை காட்டுகிறது. வருங்கால விலையை அல்ல.

விலைவாசி உயர்ந்தால் யாருக்குத்தான் பிரச்னை இல்லை! பணக்காரர்கள் மட்டும் சிரமப்படமாட்டார்கள். மற்றபடி அரசு உள்பட எல்லோரும் கூடுதல் செலவு செய்யவேண்டிவரும். கடன் வாங்கவேண்டிவரும்.

44. பணவீக்கம் குறைய என்ன செய்யவேண்டும்?

– சுந்தரம், திருச்சிராப்பள்ளி

நம் நாட்டில் பணவீக்கம் பொருட்களின் மொத்த விலையை வைத்து முடிவு செய்யப்படுகிறது. ஹோல்சேல் பிரைஸ் இண்டெக்ஸ் (WPI). பொருட்கள் என்றால், உணவுப் பொருட்கள், உற்பத்தி செய்யும் பொருட்கள் மற்றும் எரிசக்தி பொருட்கள். இந்தக் கணக்கில் போக்குவரத்து, கேளிக்கை, வாடகை, பள்ளி கல்லூரி கட்டணங்கள் போன்ற எந்த சேவைகளின் விலை உயர்வு வருவதில்லை.

WPI பணவீக்கம் குறையவேண்டுமானால், உணவுப் பொருட்கள் விலை குறைய வேண்டும். உற்பத்திப் பொருட்களின் விலைகள் குறையவேண்டும். பெட்ரோல் விலை மேலும் உயர்த்தப்படக் கூடாது. இவையெல்லாம் நடந்தால், பணவீக்கம் குறையும்.

பருவ மழை சரியாக பெய்தால் ஓரளவு நன்மை. கச்சா எண்ணெய் விலை உயராமல் இருந்தால் இன்னும் நல்லது.

45. நாட்டில் பணவீக்கம் இல்லாத நிலையை கொண்டுவர முடியாதா?

– எம்.எஸ்.இப்ராகிம், சென்னை – 91

வளர்ச்சி வேறு, வீக்கம் வேறு. பிறந்த குழந்தை எடை கூடாமல் இருந்தால் பிரச்சனை. அதன் எடை அதிகரிப்பது வளர்ச்சி போல. அந்த விதத்தில் இந்தியா போன்ற வளரும் பொருளாதாரத்தில் ஓரளவு (3- 4 %) பணவீக்கம் சரிதான். மக்களுடைய வருமானம் தொடர்ந்து அதிகரிக்கும் போது, அதன் தாக்கம் தெரியாது. ஆனால், முன்பு 2004-2007 காலகட்டத்தில் நடந்தது போல, குறுகிய காலத்தில் அதிகம் உயர்ந்தால்தான் பிரச்னை. கொரானா காலகட்டத்திற்குப்பின் அமெரிக்காவில் இப்படித்தான் பணவீக்கம் உயர்ந்தது.

ஜப்பானில் சில ஆண்டுகளுக்கு முன் அப்படி பணவீக்கம் 0% ஆக இருந்த நிலை நிலவியது. ரசிக்கப்படவில்லை. காரணம், மக்கள் வங்கியில் போடும் பணத்திற்கு 1% கூட வட்டி கிடைக்காது. நம் பணத்தை வைத்துக்கொள்ள அவர்கள் கட்டணம் கேட்பார்கள்!

46. இப்போது உள்ள வட்டிவிகிதங்கள் குறையும் வாய்ப்புள்ளதா?

– அர்ச்சனா வரதராஜன், கைலாசபுரம், திருச்சி – 14

முன்பைவிட இப்போது கூடுதலாக உள்ளது. சுமார் 8 முதல் 10% வரை இருக்கிறது. இது, குறைவது வாய்ப்பா அல்லது நட்டமா என்பது, ஒருவர் கடன் வாங்கியிருக்கிறாரா, அல்லது (வங்கி போன்றவற்றில்) முதலீடு செய்திருக்கிறாரா என்பதைப் பொறுத்தது, இல்லையா?

இன்றைக்கு ஒருவர் தன்னிடம் இருக்கும் 100 ரூபாயை வங்கியில் போட்டுவைத்தால், அது ஒரு ஆண்டு முடிவில் 108 ரூபாய் ஆகும். அதுதான் 8% வட்டி என்பது.

தற்சமயம் பணவிக்கம் கிட்டத்தட்ட 7% ஆக இருப்பது உங்களுக்கு தெரிந்திருக்கலாம். அப்படியென்றால், இப்போது 100 ரூபாய்க்கு

வாங்க கூடிய அதே பொருட்களை, அடுத்த ஆண்டு வாங்குவதற்கு, 107 ரூபாய் தேவைப்படும். வங்கியில் போட்டுவைத்த பணம், 108 ஆக மாறியிருக்கும். இந்த ரீதியில் முதலீட்டாளர்களுக்கு 1% தான் உண்மையில் கிடைக்கும் வருமானம். எனவே பணவீக்கத்தால் பணத்தின் மதிப்பு தேய்கிறது.

இதனால்தான் பணவீக்கத்திற்கும் வட்டிவிகிதங்களுக்கும் இடையே பெரிய இடைவெளி இருக்கக்கூடாது என்பது.

47. பணவீக்கத்தைக் கட்டுப்படுத்த, நாம் என்ன செய்ய வேண்டும்?

– டீ.எஸ்.டி ராயன், மயிலாடுதுறை

அரசு மட்டுமே எல்லாவற்றையும் செய்யவேண்டும் என்று எதிர்பார்க்கிற காலத்தில் இப்படி ஒரு கேள்வியா? வாழ்க.

உடலால் இயன்றோர் எல்லோரும் தனித்தனி வாகனங்களை பயன்படுத்துவதைத் தவிர்த்து, பொது போக்குவரத்தைப் பயன்படுத்தலாம். இதனால் கச்சா எண்ணெய் தேவை கணிசமாக குறையும். (லண்டன் போன்ற நகரங்களில் 55%க்கும் அதிகமான மக்கள் அப்படித்தான் செய்கிறார்கள். சென்ட்ரல் லண்டனில் தனியார் வண்டிகளில் பயணிக்க தனிவரியே உண்டு. கட்டி மாளாது) செய்யும் வேலை எதுவாக இருந்தாலும் அதில் முனைந்து உற்பத்தித் திறனை அதிகரிக்கலாம் (ஜப்பானியர்கள் போல). பொருட்கள் எதுவானாலும் சிறிது கூட வீணாகாமல் பார்த்துக்கொள்ளலாம். நகை தேவைதவிர முதலீட்டுக்கு என்று தங்கம் வாங்குவதை நிறுத்தலாம். அதற்கு பதில் டிமேட் அல்லது பாண்ட் தங்கம் வாங்கலாம். இதன் மூலம் இறக்குமதியைக் கட்டுப்படுத்தலாம். அதனால் டாலர் மதிப்பு குறைந்து இறக்குமதி செலவில் ஆதாயம் கிடைக்கும்.

உங்களைப் போல எல்லோருமே இது நமது பிரச்னை என்று யோசிக்கலாம்.

வெற்றியாளர்களின் ஒரு சிறந்த குணம் சொல்லுங்களேன்!

– ராஜேந்திரன், சேரன்மாதேவி

தேவைப்படும்போது இறங்கி வேலை செய்ய தயங்காதது.

படைவீரர்கள் சிலர், தேச எல்லையில் ஒரு பதுங்கு குழி பறித்துக்கொண்டிருப்பதை அந்த வழியாக சென்ற ஒருவர் பார்க்கிறார். படைவீரர்கள் அருகிலேயே, குதிரை மீது அமர்ந்திருக்கும் ஒருவன், "ம் ம்... சீக்கிரம், சீக்கிரம்" என்று அவர்களை விரட்டிக் கொண்டிருப்பதையும், தனது கண்ணை மறைக்கும் முண்டாசினைத் தள்ளிவிட்டுவிட்டுக் கொண்டு கவனிக்கிறார். பின் கேட்கிறார், "வெயிலில் வேர்க்க விறுவிறுக்க மண்ணை வெட்டிக்கொண்டிருக்கும் அவர்களுக்கு உதவி செய்யாமல், குதிரை மீது அமர்ந்தபடி கட்டளைகள் மட்டும் இட்டுக்கொண்டிருக்கிறீர்களே!"

இதைக் கேட்ட குதிரைவீரனின் குரல் உயர்ந்தது, "என்னது! நான் இறங்கி அவர்களுடன் வேலை செய்யவேண்டுமா! நான் தளபதி என்பது உங்களுக்கு தெரியுமா? இவ்வளவு அக்கறையாக கேட்கிறீர்களே, வேண்டுமானால் நீங்கள் உதவுங்களேன் முண்டாசுக்காரரே" என்றார் அலட்சியமாக. "ஓ! அதற்கென்ன!" என்று சொல்லி, அந்த வழிபோக்கரும் படைவீரர்களுடன் சேர்ந்து மண்ணை வெட்ட ஆரம்பித்தார்.

வேலை முடிந்தது. கிளம்புவதற்கு முன் அவர் தளபதியிடம் சொன்னார், "இறங்கி வேலை செய்ய, உங்கள் பதவி தடையாக இருக்கிறது என்று உங்கள் மேலதிகாரியிடம் சொல்லுங்கள். நானும் சொல்லுகிறேன்" என்றார். "என்னது! என் மேலதிகாரியிடம் நீங்களும் சொல்லுகிறீர்களா? நீங்கள் யார்?"

அவர், தான் யார் என்று சொல்லுவதற்கு முன்பாக, கட்டியிருந்த முண்டசினை அவிழ்த்து நெற்றியில் வழிந்த வேர்வையினை அழுந்த துடைத்தார். அதற்குள் அவர் முகத்தினைப் பார்த்துவிட்ட தளபதி அலறினார், "மன்னித்துவிடுங்கள் மன்னா."

ஆமாம், முண்டாசு கட்டியபடி மாறு வேடத்தில் வந்திருந்ததும், படைவீரர்களுடன் சேர்ந்து வெயிலில் மண் வெட்டியதும், அந்த நாட்டின் மன்னர்தான்.

5. கடன்

48. நண்பனுக்கு பணம் கடனாகக் கொடுத்துள்ளேன். அந்தப் பணத்தை சொன்னபடி திருப்பிக் கொடுக்கவில்லை. என்ன செய்வது? இப்போது நான் வேறு ஒருவரிடம் கடன் வாங்கியுள்ளேன்.

– மா.வடிவேல், சிதம்பரம்

நண்பன் என்று குறிப்பிடுகிறீர்கள்! பேசி வாங்கப் பாருங்கள். மற்றபடி பொதுவாக கடன் கொடுப்பதற்கான வழி முறைகளைச் சொல்லுகிறேன்.

கடன் கொடுத்தபோது எழுதி வாங்கிக்கொள்ள வேண்டும். நண்பர்கள் சொந்தக்காரார்களாக இருந்தாலும். 'பிராமிசரி நோட்' படிவத்தில் எழுதிக்கொள்ளலாம். வாங்கியவரும் சாட்சி ஒருவரும் அதில் கையெழுத்திடவேண்டும்.

அப்படி எழுதி வாங்கியிருக்கும் பணம் 3 ஆண்டுகளுக்கு திரும்பிவரவில்லையென்றால், வழக்கு போடலாம். அதற்கு கடன் தொகையைப் பொறுத்து கட்டணம் செலுத்தவேண்டும். சிலர், கடன் பெறுபவரிடமிருந்து தேதி போடாமல் செக் எழுதி

வாங்கிக்கொள்வார்கள். (காரணம், செக் குறிப்பிடப்பட்டிருக்கும் தேதியில் இருந்து 6 மாதங்களுக்குத்தான் செல்லும்) செக்குகளுக்கு சட்டப்படி, பணம் கொடுத்தே ஆகவேண்டும். இல்லாவிட்டால் செக் மோசடி வழக்கு போடலாம். செக்ஷன் 138படி, சிறைக்கே அனுப்பலாம். இதெல்லாம் செய்தால், என்ன ஆகும்? வேறு என்ன, சில கடைகளில் எழுதிப்போட்டிருக்கிறபடிதான் நடக்கும்.

அது என்னவா? பார்த்தைல்லையா?

வேறு என்ன... அன்பை முறிக்கும்!'

49. கடன் வாங்கும் நபர்களுடைய வீட்டுப் பத்திரத்தை ரிஜிஸ்தர் செய்து, எதிரடி கிரயத்திற்கு பணம் கொடுப்பதில், 2 % வட்டி கிடைத்தால் ரிஸ்க் எதுவும் வந்துவிடாது அல்லவா?

– ச.ந. தர்மலிங்கம், சத்தியமங்கலம்

சுவாரசியமான கேள்வி. காரணம், கேள்வியை பகுதிபகுதியாக பிரித்துத்தான் புரிந்துகொள்ள வேண்டியிருக்கிறது. சின்ன விடுகதை போல, அடர்த்தியாக, நல்ல கட்டுமானத்துடன் இருக்கிறது!.

எதிரடி கிரயம் என்கிற வார்த்தை, இப்போது புழக்கத்தில் இருப்பதாக தெரியவில்லை. நிப கிரயம், கண்டிஷனல் அடமானம் போன்றதுதானே இது?'

பொருளையோ சொத்தையோ அடமானம் வைத்து, பணம் வாங்கிச் செல்பவர்கள், குறிப்பிட்ட காலத்திற்குள் பணத்தைக் கொடுத்து, அடமானப் பொருளை /சொத்தை மீட்டுக்கொள்ளலாம். காலம் தவறினால், சொத்து, பணம் கொடுத்தவருக்கே கிரயம் செய்துகொடுத்துவிட்டது போலத்தான் என்கிற ஏற்பாடுதான் எதிரடி கிரயம்.

ரிஸ்க் என்பது அடமானம் பெறப்படும் பொருளைப் பொறுத்தது. அடமானப் பொருள் மீது, அதன் மதிப்பில் எவ்வளவுக்கு பணம்

கொடுக்கிறோம் என்பதைப் பொறுத்தது ரிஸ்க். மேலும் அடமானப் பொருளை என்ன விலைக்கு விற்க முடியும். சுலபமாக விற்கமுடியுமா (Liquidity என்ன)? என்பனவற்றையும் பார்க்க வேண்டும்.

50. விவசாயக் கடன்களைப் போல, வீட்டு கடன்களை அரசு தள்ளுபடி செய்யுமா?

– இரா. வளையாபதி, தோட்டக்குறிச்சி

வீட்டுக்கடன் என்றால்? வீடு கட்ட வாங்கிய கடன் என்று தெளிவாக கேளுங்கள். வீட்டுச் செலவுக்கு வாங்கிய கடன் என்று நினைத்துவிடப் போகிறார்கள்! விவசாயிக்கு வானம் பொய்த்துவிட்டது. விளைச்சல் இல்லை. விளைந்தாலும், சரியான விலை கிடைக்கவில்லை. அதனால் தள்ளுபடி. உங்களுக்கு என்ன பிரச்னை வளையாபதி! பகலில் தூங்குகிறீர்களோ! தூக்கத்தில் க..வு கா..கிறீர்..களோ!

51. லோன் ஆப் என்று போனில் சில பட்டன்களை தட்டினாலே கடன் கிடைக்கிறது அது சௌகரியம் தானே?

– அன்னலட்சுமி, காரைக்குடி

எல்லா சௌகரியங்களும் நன்மை தருவதில்லை. பல பிரச்சனைகளை நமக்கு கொடுக்க முனைகிறவர்கள் அவற்றை நாம் வாங்கிக் கொள்ள வேண்டும் என்பதற்காக சுற்றி தரும் ஜிகினா தாள்தான் சௌகரியம்.

இதிலேயே மிக மோசமான ஒரு ஆப் எது என்றால் இந்த லோன் ஆப் தான். பொதுவாக கடன் பெறுகிறவர்களிலேயே சிபில் ஸ்கோர் என்ன என்று பார்ப்பார்கள். அவர்கள் பல்வேறு ஆவணங்களை சமர்ப்பித்தால்தான் கடன் கிடைக்கும். ஆனால் பல இளையவர்கள் அல்லது இதுவரை வாழ்க்கையில் அதிக ஒழுங்குடன் இல்லாதவர்களுடைய வேலைக்கு சங்கடப்படும் சோம்பல் தனத்தை பயன்படுத்திக்கொண்டு அவர்கள் பணத்தை

கொள்ளை அடிக்கவும், வாழ்க்கையை கெடுக்கவும் சிலர் போடும் திட்டம் இந்த லோன் ஆப் மூலமாக நடைபெறுகிறது. இதுகுறித்து அரசு பல விழிப்புணர்வுகளை செய்து கொண்டு தான் இருக்கிறது, ஆனாலும் இது தொடர்கிறது.

ஒரு மொபைல் போனில் நாம் வைத்திருக்கிற பல்வேறு விஷயங்கள் குறிப்பாக நம்முடைய போட்டோக்கள், நமக்கு வேண்டியவர்கள் உடைய போன் நம்பர்கள் ஆகியவற்றை பயன்படுத்தும் உரிமையை நாம் கடன் பெறுவதற்காக கடன் கொடுக்கும் நிறுவனத்திற்கு கொடுத்து விடுகிறோம்.

ஒரு சிறிய அளவு பணத்தை கடனாக கொடுத்துவிட்டு அந்த பணத்திற்காக நம்மை வட்டிகட்டச் சொல்வார்கள். அந்தப் பணத்தை திருப்பி கட்ட சொல்வார்கள். நாம் அதை கட்டிய பிறகும் கட்டாதது போல மீண்டும் மீண்டும் கட்டிய பணத்தையே பலமுறை கட்டச் சொல்வார்கள். நாம் எதிர்த்தால் நம்மை மிரட்ட ஆரம்பிப்பார்கள் நாம் அதற்கு மிரளா விட்டால் நம்முடைய காண்டாக்ட்டில் இருக்கும் அத்தனை வேண்டியவர்களுக்கும் நம்முடைய போட்டோக்களில் இருந்து முகத்தை மட்டும் பிரித்து எடுத்து உடை அணியாத அல்லது வேறு மோசமான செயல்களில் ஈடுபட்டு இருக்கும் நபர்களுடைய உடல் மீது பொருத்தி நாம் இருப்பது போல நமக்கு வேண்டியவர்களுக்கு எல்லாம் அனுப்பி நம்மை அவமானப்படுத்தி மிரட்டுவார்கள்.

இணையத்தில் தேடினால் அப்படிப்பட்ட கதைகள் பலவற்றை பார்க்கலாம். எல்லாம் சோகக் கதைகள்.

ஒரே ஒரு அறிவுரை. வங்கி மற்றும் நம்பத் தகுந்த பெரிய மைக்ரோ பைனான்ஸ் போன்ற நிறுவனங்கள் இடம் இருந்து மட்டும் கடன் வாங்குங்கள். வேறு எங்கும் போக வேண்டாம். குறிப்பாக, மொபைல் மூலம் கடன் என்பது சவுகரியம் அல்ல. அது ஒரு ஆபத்தான படுகுழி.

சாமர்த்தியசாலிகளுக்கு உதவி செய்யலாமா?

– சரண்யா, தேனாம்பேட்டை

அது ஒரு ஆற்றங்கரை. அங்கிருந்த ஓநாய் ஒன்றின் வாய்க்குள், அது சாப்பிட்ட ஒரு மிருகத்தின் எலும்புத் துண்டு ஒன்று வசமாக சிக்கிக்கொண்டுவிட்டது. ஓநாய்க்கு தாங்க முடியாத அளவு வலி.

அந்த வழியாகப் போன கொக்கு ஒன்றினை அழைத்த ஓநாய், "தொண்டையில் சிக்கியிருக்கும் எலும்பை எடுத்துவிடு, நான் உனக்கு ஏதாவது தருகிறேன்" என்றது.

ஓநாய் வாயைத் திறக்க, அதனுள் தன் தலையை விட்டு, எலும்பை தன் அலகால் சிரமப்பட்டு கவ்வி எடுத்து, கீழே போட்டது கொக்கு.

நிம்மதிப்பெருமூச்சு விட்ட ஓநாயிடம், அதற்கான கூலியைக் கேட்க,

"கூலியா? அதுதான் ஏற்கனவே கொடுத்தாகிவிட்டதே!!" என்றது சாதாரணமாய்.

"என்ன! எனக்கு நீங்கள் கூலி கொடுத்தாகிவிட்டதா? எப்போது, என்ன கொடுத்தாய்?"

"ஒரு ஓநாய் வாய்க்குள் நுழைத்த தலையை பத்திரமாக வெளியே எடுத்திருக்கிறாய். நான் உன் தலையை கடித்து தின்னாமல் விட்டிருக்கிறேன். அதுவே பெரிய கூலியில்லையா?"

நாம் எல்லோருமே சாமர்த்தியசாலிகளை சந்திக்க வேண்டியிருக்கிறது. என்ன செய்ய! சமயத்தில் முகம் பார்க்கும் கண்ணாடியிலும்!!

௬. வீடு, வீட்டுக்கடன்

52. வீட்டுக் கடனை ஒரு நிறுவனத்தில் இருந்து வேறொரு நிறுவனத்துக்கு மாற்றுவது சரியா?

– குமார், ராசிபுரம்

கூடுதலாகக் கடன் கிடைக்கும், வட்டி குறைவாக இருக்கும் என்பன போன்ற காரணங்களுக்காகத்தான் வீட்டுக் கடனை ஒரு நிறுவனம் அல்லது வங்கியில் இருந்து வேறொரு நிறுவனத்துக்கு மாற்றுகிறார்கள். இதில் பார்க்கவேண்டியது வட்டி விகிதம்மட்டுமல்ல. மாற்றுவதற்கு புராசசிங் கட்டணம் என்று வசூலிப்பார்கள். அது எவ்வளவு என்றும் பார்க்கவேண்டும். எல்லாம் சேர்த்து நல்ல ஆதாயம் இருந்தால் மாற்றலாம்.

பல நிறுவனங்கள் வாடிக்கையாளர்களை ஈர்ப்பதற்காக, முதலில் குறைந்த வட்டி விகிதத்தில் கடனை கொடுத்து, சில மாதங்களுக்குப் பிறகு வேறு காரணம் காட்டி வட்டி விகிதத்தை அதிகரிக்கலாம்.

ஏற்கனவே அதிக வட்டிக்கு கடன் வாங்கியிருந்தாலோ அல்லது கடன் கொடுத்த நிறுவனமே சரியில்லை என்றாலோ வேறு நிறுவனத்துக்கு மாற்றலாம்.

53. வீட்டுக் கடனுக்கு காப்பீடு எடுக்க சொல்கிறார்களே!

– அஸ்வினி, கைசாசபுரம், திருச்சி

அது கட்டாயம் இல்லை. இயலாவிட்டால் வீட்டுக் கடன் வாங்கும்போதே தொடர்புடைய நிறுவனம் காப்பீடு எடுக்க வலியுறுத்தும். காப்பீடு எடுப்பது சிறந்தது. ஆயினும் காப்பீட்டுக்கான ப்ரீமியத்தை மொத்தமாகக் கட்ட வேண்டிய அவசியமில்லை. மாதந்தோறும் கட்டலாம். அதே நிறுவனத்தில்தான் காப்பீடு எடுக்க வேண்டும் என்ற கட்டாயமில்லை. நமக்கு விருப்பமான நிறுவனத்தில் காப்பீடு எடுத்துக் கொள்ளலாம்.

54. வீட்டுக் கடன் தொடர்பான அம்சங்களை பேரம் பேசி மாற்ற முடியுமா?

– சீனுவாசன், ஸ்ரீரங்கம்

முடியும். வீட்டுக்கடன் உள்பட அனைத்து வகையான கடன்களையும் அனைவருக்கும் ஒரே வகையான, ஒரே வட்டி விகிதத்துடன் கடன் வழங்கும் நிறுவனங்கள் வழங்குவதில்லை.

ஒருவருக்கு நிலையான வருமானம், 'சிபில்' ஸ்கோர் அதிகமாக உள்ளவர்களுக்கு கொடுக்கப்படும் கடன் திருப்பி செலுத்தப்படுவதற்கான வாய்ப்பு அதிகம் என்பதால் அவர்களுக்கு சற்று குறைவான வட்டி விகிதத்தில் கடன் கொடுப்பதற்கான வாய்ப்பு உண்டு. அதை கடன் வழங்கும் அதிகாரிகளுடன் பேசிக் கேட்டுப் பெறவேண்டும்.

55. நிலையான வட்டிவிகிதம், மாறும் வட்டிவிகிதம் என்ன வேறுபாடு? எது நல்லது?

– சின்னசாமி, சேலம்

இப்போது பொருளாதாரம் உலகம் முழுவதும் குறைந்த அளவு வளர்ச்சி இருப்பதால் வட்டிவிகிதம் குறைவாக இருக்கிறது. இது போன்ற தருணங்களில் நிலையான வட்டி விகிதத்தில் கடன் பெறுவது நல்லது. ஆனால் வங்கிகள் அதுபோன்ற நேரங்களில் கூடுதலான வட்டியை நிர்ணயிப்பார்கள். அதையும் கருத்தில் கொள்ள வேண்டும்.

56. ஒருவர் அதிகபட்சமாக எவ்வளவு மதிப்பில் வீட்டுக் கடன் வாங்கலாம்?

– காவ்யா, பாண்டிச்சேரி

ஒவ்வொருவரும் அவர்களது வருமானத்தின் அடிப்படையில்தான் கடன் வாங்க வேண்டும். அனைத்து வகையான கடன்களையும் சேர்த்து ஒருவர் அதிகபட்சமாக தனது வருமானத்தில் 50 சதவிகிதம் தவணை செலுத்தும் அளவுக்குத்தான் கடன் வாங்க வேண்டும் என்ற ஒரு பொதுவான மதிப்பீடு உள்ளது.

57. வீட்டுக் கடனை முன்கூட்டியே அடைப்பது நல்லதா?

– வெங்கடகிருஷ்ணன், மதுரை

முடிந்தவரை கடன்களை அவ்வப்போது அடைத்து விடுவது நல்லது என்பது பொதுவான விதி. ஏனென்றால் வருங்காலத்தில் வேலையிழப்பு, நோய்வாய்ப்படுதல் உள்ளிட்ட பல வகையான நெருக்கடிகள் ஏற்படலாம். அதனால் புதிதாகக் கடன் வாங்குவது அப்போது கடினமாக இருக்கும்.

அதே நேரத்தில் வீட்டுக் கடனைப் பொறுத்தவரை சில வகையான நன்மைகள் கிடைக்கின்றன. உதாரணத்துக்கு வீட்டுக் கடன் மூலமாக வருமான வரியில் கணிசமான தொகைக்கு விலக்குக் கிடைக்கிறது. வீட்டுக் கடன் வட்டியில் ஒருவர் 2 லட்சம் ரூபாய் வரை வருமானத்துக்கான வரிவிலக்கு பெற முடியும். கணவன்-மனைவி சேர்ந்து வீட்டுக் கடன் பெற்றிருந்தால் இருவருக்குமே தலா 2 லட்சம் ரூபாய் வரை வருமானத்துக்கு வரிவிலக்கு கிடைக்கும்.

ஒவ்வொருவருடைய வருமான வரி வரம்பைப் பொறுத்து ரூ.75 ஆயிரம் வரை ஆண்டுக்கு வரியில் சேமிக்க முடியும். அதனால் கையில் இருக்கும் பணத்தைக் கொண்டு வீட்டுக் கடனை முடிப்பது வருமான வரி கட்டுவோருக்கு நன்மையாக இருக்காது. வருமான வரி வரம்பில் இல்லாதோர் முன்கூட்டியே அடைக்கலாம்.

பணத்தை செலவழிக்கும் குணாதியத்தைக் கொண்டும் இதில் முடிவெடுக்கலாம். ஒரு தொகை கிடைக்கும்போது அதை வீணாகச் செலவு செய்து விடாமல் முறையாக வேறு எதிலாவது முதலீடு செய்யலாம் என்று உறுதியாக இருப்பவர்களுக்கு வீட்டுக் கடனைக் கட்டுவதைவிட வேறு முதலீடுகளைச் செய்வது சிறந்ததாக இருக்கும். மற்றபடி, கையில் இருக்கும் பணத்தை தாராளமாகச் செலவு செய்யும் வழக்கம் கொண்டவர்கள் வீட்டுக் கடனைக் கட்டிவிடுவதே நல்லது.

வெற்றி பெறுவதற்கான சந்தர்ப்பம் எல்லோருக்கும் வருகிறது. எனக்கு மட்டும் வராதது ஏன்?

– சுரேஷ், மாதவரம்

‘கடவுளை பார்க்கவேண்டும், அவரிடம் வரங்கள் கேட்கவேண்டும்’ என்று ஒருவர் தவமிருந்தார். கடுமையான தவம். அவர் மீது பட்டாம் பூச்சி ஒன்று வந்து அமர்ந்தது. இது என்ன தொந்திரவு என்று அதனை விரட்டினார். அவரது தியானத்தினை தொடர்ந்தார். அடுத்து, அவர் காதில் யாரோ இறைஞ்சுகிற சத்தம் கேட்க, சலிப்புடன் கண்ணைத்திறந்து பார்த்தார், ஒரு பிச்சைக்காரன். ‘போடா போ’ என்று அவனை விரட்டிவிட்டு, மீண்டும் இறைவனை நினைத்து கண் மூடினார். இப்போது அவரது கவனத்தினை கலைத்தது ஒரு சிறு குழந்தை.

சலிப்புடன் எழுந்தார். ‘எவ்வளவு கேட்டும் நீ காட்சி தரமாட்டேன் என்கிறாயே!’ என்று யோசிக்க, அப்போது அவர் முன் இறைவன் தோன்றினார். ‘ஏன் இவ்வளவு சோதனை? எதனால் இவ்வளவு தாமதம்?’ என்று கேட்க, ‘இல்லையே நான் முன்பே மூன்று முறை வந்தேன். நீதான் என்னை கவனிக்க மறுத்துவிட்டாய்’ ‘அப்படியா? எப்போது வந்தீர்கள்?’ ‘முதல் முறை, பட்டாம் பூச்சியாக, இரண்டாம் முறை பிச்சைக்காரனாக, மூன்றாம் முறை குழந்தை உருவில்’ ‘அட! அதெல்லாம் நீங்கள் தானா?’

சந்தர்ப்பங்களுக்காகத்தான் எல்லோருமே காத்திருக்கிறோம். ஆனால், அவற்றை சரியாக அடையாளம் கண்டுகொள்பவர்கள் குறைவு. பயன்படுத்திகொள்பவர்கள் அதைவிடக் குறைவு. சந்தர்ப்பங்கள், கழுத்தில் பெயர் பலகையுடனோ, நெற்றியில் எழுதி ஒட்டிக்கொண்டோ வருவதில்லை. மழைக்காக எவ்வளவு பிரார்த்தனைகள் செய்திருக்கிறோம்! எத்தனை நூறு அடி ஆழங்கள் தோண்டியிருக்கிறோம். கொட்டுகொட்டென்று கொட்டும்போது, தேக்கிக்கொண்டது எவ்வளவை!

7. இன்சூரன்ஸ்

58. **ரிலையன்ஸ், பிர்லா சன் லைப், பஜாஜ் உட்பட தனியார் இன்சூரன்ஸ்களில் பணம் போட்டால், 3 வருடம் கழித்து, லட்சக்கணக்கில் வரும் என்கிறார்களே! வருமா?**

– ராமநாதன், நாச்சியார் கோவில்

நாமக்கல் பாலகிருஷ்ணன் கேள்வியைப் பாருங்கள். 'சந்தை அபாயம்' என்று ஒன்று இருக்கிறது. 'அபாயமா?' என்று கேட்கிறீர்களா? விளம்பரங்களில் கடைசியாக வேகவேகமாக சொல்லுவார்களே, விளம்பரங்களில் படிக்க முடியாத அளவு சிறிய எழுத்துகளில் போடுவார்களே, அதேதான். எங்கேயெல்லாம் மிக வேகமாக பணம் வரமுடியுமோ, அங்கே எல்லாம், இந்த அபாயம் உண்டு.

எல்லாம் அவர்கள் சொல்லுகிற கணக்குப்படி நடந்தால், அவ்வளவு பணம் வரும். ஆனால் எல்லாம் இப்படித்தான் நடக்கும் என்று எவரால் உறுதி கூற முடியும்! அவ்வளவு பணம் வர முடியுமா என்றால், சாத்தியம்தான். வருமா? என்றால், நிச்சயமாக சொல்லமுடியாது.

59. அமெரிக்காவின் மிகப்பெரிய காப்பீட்டு நிறுவனமான எ.ஐ.ஜி. (AIG)க்கு பிரச்சனை வந்ததுபோல, நம் நாட்டு LIC-க்கும் பிரச்சனை ஏதும் வருமா?

– அன்பரசன், பவானி

வாய்ப்பே இல்லை. LIC பற்றி பயப்பட வேண்டாம்.

நம் நாட்டில் பொதுமக்களின் பணத்தைக் கையாளும் நிதி நிறுவனங்களுக்கு என்று தனித்தனி கண்காணிப்பு அமைப்புகள் உண்டு. அவற்றுக்கு, நம் நாட்டில் கூடுதல் அதிகாரங்களும் உண்டு. பங்குச் சந்தைக்கு செபி (SEBI). வங்கிகளுக்கு மத்திய ரிசர்வ் வங்கி (RBI). அதேபோல காப்பீட்டு நிறுவனங்களுக்கு என்றே IRDI.

LIC தொடங்கி 67 ஆண்டுகள் ஆகின்றன. அதற்கு முன்பு காப்பீடு என்பது தனியார் வசம் இருந்தது. குட்டி குட்டியாக மொத்தம் 230 நிறுவனங்கள். 1956ல் எல்லாவற்றையும் தேசியமயமாக்கி, LIC என்கிற ஒரே நிறுவனமாக்கினார்கள். எல்.ஐ.சி. வெளிநாடுகளில் வியாபாரம் ஏதும் செய்யவில்லை. எல்லாம் உள்நாட்டிலேயேதான். அதனால் உலகப் பிரச்னைக்கும், LIC-க்கும் தொடர்பில்லை. எல்லாம் போக, LIC என்பது முழுக்க முழுக்க நமது நடுவண் அரசின் நிறுவனம். மிகச் சிறிய அளவு மட்டுமே தனியாருக்கு பங்குகளாக கொடுக்கப்பட்டிருக்கிறது. ஆனாலும் மத்திய அரசின் முழு உத்திரவாதம், அதில் முதலீடு செய்தவர்களுக்கு உண்டு.

LIC ஒரு பெரீய்ய்ய யானை போல. அதன் ஆயுள் படுகெட்டி. அச்சப்படவே தேவையில்லை, அன்பரசன்.

2020ல் எல்.ஐ.சி. நிறுவனம் ஐ பி ஓ வெளியிட்டபோது நான் தினத்தந்தியில் எழுதிய கட்டுரையில் எல்.ஐ.சி குறித்து விரிவாகவே குறிப்பிட்டிருக்கிறேன்.

எல்.ஐ.சி. பங்கு விற்பனை - ஒரு பார்வை

2020-21 ஆம் ஆண்டுக்கான பட்ஜெட் உரையில் நிதியமைச்சர் நிர்மலா சீதாராமன், மத்திய அரசின் ஆயுள் காப்பீட்டு நிறுவனமான எல்.ஐ.சி-யின் பங்குகள் தனியாருக்கு விற்கப்படும் என்று தெரிவித்தார். தொழிற்சங்கங்கள் விற்பனையை எதிர்த்து போராட்டங்கள் ஆரம்பித்திருக்கிறார்கள். எதிர்க்கட்சியான காங்கிரஸ், இது குறித்து கட்சிக்குள் விவாதித்து கருத்து சொல்வதாக தெரிவித்திருக்கிறார்கள்.

இந்தியாவில் இருக்கும் மிகச்சிறந்த நிறுவனங்களில் ஒன்று எல்.ஐ.சி. 1956ம் ஆண்டு அப்போது இயங்கிக்கொண்டிருந்த 154 தனியார் காப்பீட்டு நிறுவனங்கள், 6 வெளிநாட்டு காப்பீட்டு நிறுவனங்கள் உள்ளிட்ட 245 நிறுவனங்களை, எல்.ஐ.சி. சட்டம் 1956 என்பதன் மூலம் ஒருங்கிணைத்து உருவாகிய அமைப்புதான், எல்.ஐ.சி.

2000-மாவது ஆண்டு காப்பீட்டுத் துறையில் தனியார் நிறுவனங்களை மீண்டும் அனுமதிக்கும் வரையிலும், இந்திய காப்பீட்டுத் துறையில் தனியொரு நிறுவனமாக கோலோச்சிக்கொண்டிருந்த எல்.ஐ.சி., அதன் பின்பும், தனியார் மற்றும் பன்னாட்டு நிறுவனங்களின் போட்டியை சமாளித்து, இன்றும் இந்திய காப்பீட்டுச் சந்தையில் முக்கால் பங்கை தன் வசம் வைத்திருக்கும் ‘இன்டஸ்டிரி லீடர்.’

எல்.ஐ.சி.ஹவுசிங் பைனான்ஸ், எல்.ஐ.சி.பென்சன், எல்.ஐ.சி இன்டர்னேஷன்ல், எல்.ஐ.சி. ஃகார்ட்ஸ், எல்.ஐ.சி. மியூச்சுவல் ஃபண்ட் என்று பல உபநிறுவனங்களைக் கொண்டிருக்கும், லட்சத்து 12 ஆயிரம் ஊழியர்கள் மற்றும் 15 லட்சம் முகவர்களுடன், 2,048 கிளைகள் மூலம் நாடு முழுக்க, 64 ஆண்டுகளாக, 30 கோடி பாலிசிகள் வழங்கி சேவை செய்துகொண்டிருக்கும் ஒரு மாபெரும் அமைப்பு.

‘புதிய பாலிசிகள் சேர்ப்பு’ போன்றவற்றிலும் மற்ற தனியார் நிறுவனங்களைவிட சிறப்பான ஆண்டு வளர்ச்சி காணும், லாபமீட்டும், அரசுக்கு நல்ல வருமானம்-டிவிடெண்ட்- தரும் ஆரோக்கியமான அரசு அமைப்பு. இந்திய ‘பிராண்ட்’களில் அதிக மதிப்புள்ளதாக பல ஆண்டுகள் முன்னணியில் இருந்த / இருக்கும் நிறுவனம்.

இப்படிப்பட்ட நிறுவனத்தின் இப்போதைய ‘சந்தை பண மதிப்பு’ என்னவென்று இன்னும் சரியாக கணக்கிடப்படவில்லை. ஆனால், மற்ற நிறுவனங்களின் சந்தை மதிப்போடு ஒப்பிட்டால், எல்.ஐ.சி. நிறுவனத்தின் மொத்த சந்தை மதிப்பு, சுமார் 10 லட்சம் கோடியாக இருக்கலாம் என்கிறார்கள். அதில் பத்து சதவிகித பங்குகளை வெளிச்சந்தையில் விற்க அரசு முடிவு செய்திருக்கிறது. இந்த கணிப்புகளின்படி, அரசுக்கு எல்.சி.சி. பங்குகள் விற்பதன் மூலம் லட்சம் கோடி ரூபாய் கிடைக்கும்.

அரசு அதன் நிறுவனங்களை இரண்டு விதங்களில் விற்கிறது. முதலாவது ‘ஸ்டிராடிஜிக் சேல்.’ இந்த முறையில் அரசு வசம் இருக்கும் பங்குகளில் 50 சதவிகிதம் வரை விற்கப்பட்டுவிடும். அதனால், அந்த நிறுவனத்தின் நிர்வாக அதிகாரம் அரசிடம் இருந்து போய்விடும். மற்றொரு வழி, ‘டிஸ்இன்வெஸ்ட்மென்ட்.’ இந்த முறையில் ஓரளவு பங்குகள் மட்டுமே விற்கப்படும். அப்படி விற்றபின்பும் அரசே பாதிக்கும் கூடுதலான பங்குகளையும் நிறுவனத்தை நிர்வகிக்கும் அதிகாரத்தையும் வைத்திருக்கும். எல்.ஐ.சி., இரண்டாவது முறையான ‘டிஸ்இன்வெஸ்ட்மென்ட்’படி 10 சதவிகித பங்குகளை மட்டும் தனியாருக்கு விற்க இருக்கிறது.

இதற்கு பாராளுமன்றத்தில் எல்.ஐ.சி. சட்டம் 1956-ஐத் திருத்தவேண்டும். அதன்பின்பு, செபியின் ஒப்புதலுடன் 2020 செப்டெம்பருக்குப் பின்னால், ஐ.பி.ஓ மூலம் பங்குகள் விற்பனைக்கு வரும்.

மிக நல்ல நிறுவனம் என்பதால் விலை அதிகமிருக்கும், இருந்தாலும் வாங்குவதற்கு பலத்த போட்டியும் இருக்கும். சமீபத்தில் சவுதி அரேபியா அரசு அதன் ஆராம்கோ நிறுவனத்தின் பங்குகள் வெளியிட்டதற்கு ஒப்பான ஒரு வெளியீடாக இருக்கும் என்கிற எதிர்பார்ப்பு நிலவுகிறது. எல்.ஐ.சி.யின் ஊழியர்களுக்கு, விலையிலோ, அலாட்மெண்டிலோ சலுகைகள், முன்னுரிமை இருக்கலாம்.

இதுபோல அரசு அதன் 33 நிறுவனங்களின் ஓரளவு பங்குகளை ‘டிஸ்இன்வெஸ்ட்மென்ட்’ செய்திருக்கிறது. ஏர் இந்தியா, ஷிப்பிங் கார்ப்பரேஷன் போன்ற சிலவற்றை இந்த ஆண்டு செய்யவிருக்கிறது. எந்த நிறுவனங்களை இப்படிச் செய்யலாம் என்பதை நிதிஆயோக் முடிவு செய்கிறது.

நட்டம் ஏற்படுத்தும் பொதுத்துறை நிறுவங்களைத்தானே விற்கவேண்டும்? நல்ல லாபம் ஈட்டும் நிறுவனங்களை ஏன் விற்கவேண்டும் என்ற கேள்வி வரலாம். ஏர் இந்தியா போன்ற நிறுவனங்களை விற்க இயலவில்லை. நல்ல நிறுவனங்களுக்குத்தான் சந்தையில் தேவை இருக்கிறது; விலை கிடைக்கிறது.

'யோகக்ஷேமம் வஹாம்யஹம்' என்பது எல்.ஐ.சி.யின் தாரகமந்திரம். அதன் பொருள், 'உலக நலம் எங்கள் பொறுப்பு.' அரசு நிறுவனம் என்ற நம்பிக்கையில்தானே இதில் பாலிசிகள் எடுத்தோம்! இனி எங்கள் பாலிசிகளுக்கு அரசின் உத்திரவாதம் இல்லையா? என்ற அச்சமும் வர ஆரம்பித்திருப்பதாக முகவர்கள் சொல்கிறார்கள். அதற்கு நிதியமைச்சர், நிச்சயம் அரசின் உத்திரவாதம் உண்டு என்று உறுதியளித்திருக்கிறார். பத்து சதவிகிதப் பங்குகளை விற்றபின்பும், அது அரசு நிறுவனம் போலதான்.

பொதுத்துறை நிறுவனங்கள் பலவும் இப்படித்தான் இயங்கிக் கொண்டிருக்கின்றன. உதாரணத்திற்கு பாரத ஸ்டேட் வங்கியின் மொத்தப்பங்குகளில், 42 சதவிகிதம் அரசு வசம் இல்லை. தனியார்களிடம் தான் இருக்கிறது. அரசு 58 சதவிகித பங்குகள் மட்டுமே வைத்துக்கொண்டு நிர்வாகம் செய்கிறது. எச்.பி.சி. எல். நிறுவனத்தின் 51 சதவிகித பங்குகள் மட்டுமே அரசு வசம். மீதமெல்லாம் தனியார் வசம். BHEL ன் 37 சதவிகிதப்பங்குகள் தனியார் வசம். இப்படியாக பல்வேறு பொதுத்துறை நிறுவனங்கள் மற்றும் வங்கிகளின் பங்குகள் தனியார்களுக்கு விற்கப்பட்டிருக்கின்றன.

தாக்கல் செய்யப்பட்டிருக்கும் பட்ஜெட்படி, 2020-21ம் நிதி ஆண்டில் மத்திய அரசு செலவு செய்ய திட்டமிருக்கும் மொத்தத் தொகை, சுமார் 30 லட்சம் கோடி ரூபாய்கள். வரி வருமானம் உட்பட எதிர்பார்க்கும் மொத்த வருமானம், 20 லட்சம் கோடி ரூபாய்கள் மட்டுமே. நிகரமாக, 10 லட்சம் கோடி பற்றாக்குறை. இந்த பத்து லட்சம் கோடி ரூபாயையும் அரசால் கடன் வாங்கி சமாளிக்க இயலாது.

காரணம், அடுத்த நிதி ஆண்டில், ஏற்கனவே வாங்கிய கடன்களுக்கு கொடுக்க வேண்டிய வட்டி மட்டும் ஏழு லட்சம் கோடி ரூபாய்கள். வேறு வழிகளில் நிதி திரட்டாவிட்டால், இந்த ஆண்டு புதிய கடன்கள் மட்டும் 10 லட்சம் கோடி ஆகிவிடும்.

அரசால் செலவுகளை குறைக்கவோ கட்டுப்படுத்தவோ இயலவில்லை. தேவைகள் அதிகரிக்கின்றன. அதன் வருவாய்க்காக வரி போடுகிறது. ஆனால், அந்த வரி வருவாய் போதவில்லை. அதனால் அது ஏனைய வழிகளில் நிதி திரட்ட முயல்கிறது. ஸ்பெக்ட்ரம் ஏலம் போன்றவை மற்ற வழிகள். அவற்றில் ஒரு வழி அதன் நிறுவனப்பங்குகளை/ பங்குகளின் ஒரு பகுதியை விற்பது.

அதனால், இந்த 2020-21ம் ஆண்டு பற்றாக்குறையின் ஒரு பகுதியை ஈடுகட்ட, அரசு அதன் நிறுவனங்களான எல்.ஐ.சி., IDBI போன்ற நிறுவனங்களின் ஓரளவு பங்குகளை விற்று, அதன் மூலம் 2.1 லட்சம் கோடி திரட்டி, மீதிப் பற்றாக்குறையான, 7.96 லட்சம் கோடி ரூபாயை கடன் வாங்கத் திட்டமிட்டிருக்கிறது.

லட்சம் கோடி ரூபாய் அளவு சந்தையில் இருந்து திரட்டப்படும் என்பதால் சந்தையில் பணப்புழக்கம் குறையும், புதிய பங்குதாரர்கள் வருவதால் நிறுவனத்தின் செயல்பாடுகள் மற்றும் தகவல் தெரிவிப்பில் வெளிப்படைத்தன்மை அதிகரிக்கும் என்றெல்லாம் எதிர்பார்ப்பவர்கள் இருக்கிறார்கள். அதே சமயம் புதிய பங்குதாரர்கள் நிர்வாகத்தில் மாற்றங்கள் கொண்டுவருவார்கள் என்கிற அச்சமும், இந்த 10 சதவிகிதம் என்பது ஆரம்பம்தான். போகப்போக மேலும் அதிக சதவிகிதப்பங்குகளை அரசு விற்கும் என்ற சந்தேகங்களும் ஊழியர்கள் மத்தியில் இருக்கிறது.

60. இன்சூரன்ஸ்களில் யூலிப் வகையினை வாங்குவது 'பெட்டர்' என்கிறார்களே, முகவர்கள். அப்படியா?

– மகாதேவன், திருப்பூர்

இன்சூரன்ஸ் எடுத்தவர்களின் கணக்கில், ஒவ்வொரு ஆண்டு முடிவிலும் ஒரு தொகையினை போனஸ் என்கிற பெயரிலே வரவு வைப்பார்கள் இல்லையா. அப்படி தரப்படும் போனஸ் தொகை சேர்ந்துகொண்டே போகும். ஆனால் பெரியதாக வளராது.

யூலிப் வகை இன்சூரன்ஸ் பாலிசிகளுக்கும் ஆண்டு முடிவுகளில், கசிரு போல போனஸ் தொகைகள் வரும். யூலிப் வித்தியாசப்படுவது,

அந்தத் தொகையை என்ன செய்கிறார்கள் என்பதில்தான். யூலிப் பாலிசிகளுக்கு கொடுக்க வேண்டிய போனஸ் தொகைகளை தனியாக, பங்குச் சந்தையில் முதலீடு செய்து பெருக்குவார்கள்.

பங்குசந்தை முதலீட்டில் லாபமும் வரும் நட்டமும் வரும்.

61. வருடம் ஒன்றுக்கு 10,000 வீதம் 3 வருடங்கள் கட்ட வேண்டிய LIC திட்டத்தில், காலாண்டிற்கு 2500 வீதம் கட்டினால் முதிர்வு தொகையில் குறைகள் இருக்குமா?

– முருகன், திருமுல்லைவாயில்

LIC யில் எந்த திட்டம் என்று குறிப்பிடவில்லை. கன்வென்ஷனல் திட்டம் என்றால், எதுவும் குறையாது. யூலிப் திட்டம் என்றால், முதிர்வு சமயம் பங்குச்சந்தை இருக்கும் நிலையை பொறுத்து தொகை அமையும்.

62. டெர்ம் இன்ஷூரன்ஸ் எதற்கு ஒப்பீடாக சொல்லலாம்?

– ஷர்மி, ராயப்பேட்டை

கார் வண்டி ஸ்கூட்டர் போன்ற வாகனங்களுக்கு ஓர் ஆண்டுக்கு இன்சூரன்ஸ் எடுத்து ஒரு தொகை கட்டுகிறோம். அந்த ஆண்டிற்குள் வாகனத்திற்கு விபத்து ஏதும் நேர்ந்தால் அதனால் ஏற்படக்கூடிய நஷ்டத்தை மொத்த இன்சூரன்ஸ் பாலிசித் தொகைக்கு உட்பட்டு இன்சூரன்ஸ் நிறுவனம் கொடுக்கும். அப்படியே ஏதும் அந்த பாலிசி காலத்திற்குள் நடக்காவிட்டால் (நல்லது தானே) அந்த பாலிசி தொகை செலவு போலதான் என்பது பலருக்கும் தெரியும். மீண்டும் அடுத்த ஆண்டு மற்றொரு பிரீமியம் தான் கட்டி அடுத்த பன்னிரண்டு மாதங்களுக்கு காப்பீடு செய்து கொள்ள வேண்டும்.

அப்படிப்பட்டது தான் ஆயுல் காப்பீட்டில் இருக்கும் டர்ன் இன்சூரன்ஸ் அல்லது பியூர் இன்சூரன்ஸ் என்பதும். எத்தனை

காலத்திற்கு கட்டுகிறோமோ அத்தனை காலத்திற்கும் இன்சூரன்ஸ் பாதுகாப்பு உண்டு. அந்த பாலிசி காலம் முடிந்த பிறகு தொகை எதுவும் திருப்பித் தரப்படமாட்டாது.

63. இன்சூரன்ஸ் பாலிசிக்கான பிரிமியர் தொகைகளை மாதா மாதம் கட்டுவது நல்லதா, அல்லது காலாண்டு, அரையாண்டு, ஆண்டுக்கு ஒருமுறை கட்டுவது நல்லதா? எது பாலிசிதாரருக்கு லாபம்?

– செல்வி, ஜாபர்கான்பேட்டை

பொதுவாக இன்சூரன்ஸில் கணக்கு பார்க்கக் கூடாது என்று நினைப்பவன் நான், ஆனாலும் கேட்டு விட்டீர்கள்.

ஆண்டுக்கு ஒருமுறை கட்டுவது விட மாதாமாதம் கட்டுவது தான் போலீஸ்காரருக்கு லாபமாக அமையும்... பொறுங்கள் அவசரப்படாதீர்கள். அந்த பாலிசிதாரர் அவர் மற்றபடி கட்டக்கூடிய முழு ஆண்டு வரை உயிர் வாழாமல் போனால்.

புரியவில்லையா ஒரு உதாரணம் சொல்கிறேன்... வாசு - ராசு என்று இரண்டு நபர்கள். இருவரும் தலா இருபது லட்ச ரூபாய்க்கு இன்சூரன்ஸ் எடுத்திருக்கிறார்கள். வாசு மாதா மாதம் கட்டுகிறார். ராசு ஆண்டுக்கு ஒருமுறை கட்டுகிறார்.

இருவருமே ஒரு குறிப்பிட்ட ஜனவரி மாதம் பிரிமியம் கட்டுகிறார்கள். வாசு கட்டும் பிரீமியம் அவருடைய ஜனவரி மாதத்திற்கு மட்டுமே செல்லும் குறைவான தொகை. ராசு கட்டியிருக்கும் தொகை அதிகம் அது, அடுத்த 12 மாதங்களுக்கானது அந்த ஆண்டின் டிசம்பர் வரை செல்லும்.

துரதிர்ஷ்டவசமாக இருவரும் ஒரு வாகனத்தில் ஒன்றாக பயணிக்கிற போது விபத்தில் மாட்டி மரணிக்கிறார்கள். இருவர் குடும்பத்திற்கும் அவர்கள் கட்டிய ஒரு லட்ச ரூபாய் பாலிசிக்கான தொகை வழங்கப்படும். மாதம் ஒன்றுக்கு மட்டுமே கடைசி பிரிமியம்

கட்டியிருந்த வாசவி குடும்பத்திற்கு, கட்டாமல் விட்ட 11 மாத பிரீமியம் மிச்சம்.

இப்படி எல்லாம் கணக்கு பார்க்க வேண்டுமா?

64. டேர்ம் இன்சூரன்ஸ் தான் எடுக்க வேண்டும் என்கிறார்களே சிலர் ஏன்?

– சுதர்சன், மாங்காடு

பெரும் பகுதியாக பிரித்தால் ஆயுள் இன்சூரன்ஸ் இரண்டு வகைப்படும். முதலாவது எண்டோமென்ட் வகை. அதைத்தான் இந்தியாவில் பல ஆண்டுகளாக எல்ஐசி பிரமாதமாக செய்து கொண்டிருந்தது. இரண்டாவது வகை டர்ன் இன்சூரன்ஸ் இதுதான் மேலை நாடுகளில் பரவலாக வியாபாரம் ஆகிக் கொண்டிருந்தது. இந்தியாவில் தனியாரையும் அனுமதித்த பிறகு டேர்ம் இன்சூரன்ஸ் அவர்கள் பிரபலப்படுத்தி இருக்கிறார்கள். வேலைக்கு போகிற பல இளைஞர்கள் அதைத்தான் இப்போது வாங்கிக் கொண்டிருக்கிறார்கள்.

எண்டோவ்மென்ட் வகையில் பாலிசிதாரர் கட்டுகிற பிரிமியம் தொகை இரண்டு பகுதிகளாக பிரிக்கப்பட்டு ஒரு தொகை சேமிப்புக்காகவும், மற்றொரு தொகை அவருடைய ஆயுளுக்கு எடுக்கப்பட்டிருக்கிற பாலிசி பிரிமியத்திற்காகவும் போகிறது. இதை, இன்சூரன்ஸ் நிறுவனங்கள் குறித்து காட்டுவதில்லை. எனவே, பலருக்கும் இது குறித்து தெரியாது.

ஆனால் பாலிசி முதிர்வு அடைந்தபின், பாலிசிதாரருக்கு ஒரு தொகை வழங்கப்படும். அந்தத் தொகை தான் சேமிப்பாக வளர்ந்த தொகை. இடையே போனஸ் கூட கொடுத்திருப்பார்கள் எல்லாம் சேர்ந்து ஒரு மொத்த தொகை.

இப்படிப்பட்ட ஒரு தொகை டேம் இன்சூரன்ஸ் பாலிசி முதிர்வு அடைந்த பிறகு கிடைக்காது. காரணம் இன்சூரன்ஸ் பாலிசியில் சேமிப்புக்காக ஒரு தொகை எடுத்து வைக்கப்படுவதில்லை.

வாரிசுதாரர் கட்டுகிற பிரிமியம் முழுவதுமே அவருடைய இன்சூரன்ஸ்க்கான பிரிமியம்தான்.

சேமிப்புக்கான தொகை என்று ஒரு தொகை கட்டுகிற ஒவ்வொரு தவணையிலிருந்தும் எடுத்துக் கொள்ளப்படாத காரணத்தினால், கட்டும் பிரிமியத்திற்கு கணிசமான அளவிற்கு இன்சூரன்ஸ் பாதுகாப்பு கிடைக்கும்.

இதன் மூலம் ஒரு சிறிய பிரிமிய தொகைக்கு பெரிய இன்சூரன்ஸ் பாதுகாப்பைப் பெற முடியும். இல்லாவிட்டால் கட்டக் கூடிய அளவுக்கு உரிமை இருக்கும் மட்டுமே கட்டி அதற்கு முழு இன்சூரன்ஸ் காப்பீடு பெறாமல் சிறிய அளவு மட்டுமே பெறுவது இன்சூரன்ஸ் கோணத்திலிருந்து பார்த்தால் சரியல்ல.

எனவே, ஒருவர், சேமிப்பு என்பதை தனியாக பரஸ்பர நிதிகளிலோ வேறு ஏதேனும்ஒன்றில் செய்து கொண்டுவிட்டு, இன்சூரன்ஸ் என்பதற்காக கட்டுகிற பிரிமியத் தொகை முழுவதும் இன்சூரன்ஸ்க்கு போகும் டெர்ம் இன்சூரன்ஸ் எடுப்பதுதான் சிறப்பு.

சிரமமான சூழ்நிலைகளிலும் கூட சிலர் வெற்றியை தவறவிடுவதில்லையே! அதன் ரகசியம் என்ன?

–விக்னேஷ், திருவரங்கம்.

இரண்டு தனித்தனி அறைகள். இரண்டு அறைகளிலும், ஒரு நீள்சதுர சாப்பாட்டு மேசை போடப்பட்டிருக்கிறது. ஒவ்வொரு மேசையிலும், பக்கத்துக்கு மூவராக, மொத்தம் ஆறு நபர்கள் எதிரெதிராக அமர்ந்திருக்கிறார்கள். அனைவருமே நல்ல பசியுடன் இருக்கிறார்கள்.

இரண்டு பெரிய பாத்திரங்களில் கொதிக்கிற சூட்டில் கஞ்சி கொண்டுவரப்படுகிறது. இரண்டு அறைகளில் இருந்த மேசைகள் மீதும் ஒவ்வொரு பாத்திரம் வைக்கப்படுகிறது.

வைக்கப்பட்ட இடம் மேசையின் மையப்பகுதி. இருப்பதோ ஆறு நபர்கள். ஒரே பத்திரத்தில் இருக்கிற, கொதிக்கிற கஞ்சியை எப்படி சாப்பிடுவது என்று பரிதாபமாகப் பார்க்கையில், பன்னிரண்டு கரண்டிகள் கொண்டுவரப்பட்டன.

ஒவ்வொரு அறையில் இருந்த பாத்திரத்துள்ளும் ஆறு ஆறு, கரண்டிகள் போடப்படுகின்றன. எண்ணிக்கை சரிதான். ஆளுக்கு ஒரு கரண்டி. ஆனால், கரண்டியின் நீளம் மிகமிக அதிகம். கரண்டியால் கஞ்சியை மொண்டால், வாய்க்கு கொண்டு போக முடியாத அளவு நீளமான கரண்டி.

முடிந்தவர் சாப்பிட்டுக்கொள்ளுங்கள் என்று ஏற்பாடு செய்தவர்கள் அறைகளைவிட்டுப் போய்விட்டார்கள்.

பத்து நிமிடங்கள் முடிந்தது. முதல் அறைக்கதவைத் திறந்து பார்க்க, அங்கே அமளி துமளி. ஆளாளுக்கு ஒரு கரண்டியை வைத்துக்கொண்டு சாப்பிட முடியாமல் தவித்துக் கொண்டிருந்தார்கள். கரண்டிக்கு எட்டியது வாய்க்கு எட்டவில்லை. மேசை மீதும் தரையிலும் சிந்தியிருந்தது கஞ்சி.

அடுத்த அறையில் நிலைமை என்ன? அங்கே பாத்திரம் கிட்டத்தட்ட காலி. அவர்களும் ஆளுக்கு ஒரு கரண்டிதான் வைத்திருந்தார்கள். நீளமான கரண்டிகளால்தான் மொண்டார்கள். ஆனால் தரையில் சிந்தாமல் சரியாக வாய்களில் விட்டுக்கொள்ள முடிந்தது. காரணம், அவர்கள் ஊற்றிக்கொண்டது அவரவர் வாய்களில் அல்ல. எதிர்ப்பக்கம் அமர்ந்திருந்தவர் வாய்களில். கரண்டியின் நீளம் அதற்காகவே செய்யப்பட்டதுபோல இருந்தது.

ஒரே சூழ்நிலை. முதல் அறையில் இருந்தவர்கள் வெறுப்பின் உச்சியில். அடுத்த அறையில் இருந்தவர்களோ, நினைத்ததை முடித்தவர்கள். "வெற்றி பெறுபவர்கள் வித்தியாசமானவற்றை செய்வதில்லை. செய்வதை வித்தியாசமாக செய்வார்கள்."

௮. பொது

65. வள்ளல் அழகப்பர் 'பச்சையப்பா முதலியார்' கந்தசாமி நாயுடு போன்ற சிலர் பெரிய அளவில் தர்மங்கள் செய்ததாக சொல்கிறார்கள்... இப்போதும் அப்படிப்பட்ட நபர்கள் இருக்கிறார்களா? கொடுக்கிறார்களா?

– டேவிட், புரசைவாக்கம்

இப்போதும் மிகப்பெரிய அளவுகளில் மற்றவர்களுக்காக தர்மத்துக்காக செலவு செய்கிறவர்கள் இருக்கிறார்கள் இந்தியாவிலேயே இருக்கிறார்கள்.

எச்.சி.எல். கம்ப்யூட்டர் நிறுவனத்தின் ப்ரொமோட்டர், பெரு முதலாளி, தமிழகத்தைச் சேர்ந்த சிப் நாடார் ஆண்டொன்றுக்கு2000 ரூபாய் கோடிகள் வரை உதவி செய்கிறார்.

அவர் மட்டுமல்ல, அவர் அளவு வேண்டுமானால் இல்லாமல் இருக்கலாமே தவிர இன்னும் பலரும் சத்தம் இல்லாமல் கொடுத்துக் கொண்டிருக்கிறார்கள். 2023 ஆம் ஆண்டு மார்ச்

வரையிலான ஒரு ஆண்டு காலத்தை மட்டும் இந்தியாவில் 119 பேர் ஒவ்வொருவரும் ரூபாய் 5 கோடிக்கு அதிகமாக மற்றவர்களுக்கு கொடுத்திருக்கிறார்கள்.

66. கறுப்புப் பணம் என்றால் என்ன?

– வி.சுப்ரமணியம், குமாரப்பாளையம்

கறுப்புப் பணம் என்பது வேறு, கள்ளப் பணம் என்பது வேறு. கள்ளப் பணம் போலியானது. ஆனால் கருப்புப் பணம் என்பது நல்ல பணம்தான். அரசு அச்சடித்த பணம்தான், ஆனாலும் அதை ஏன் கருப்புப்பணம் என்கிறார்கள்.

அரசுக்கு கட்டவேண்டிய அளவு வரி கட்டாமல் வைத்துக்கொண்ட பணம்தான் கருப்புப்பணம்.

குறிப்பிட்ட அளவுக்கு மேல் ஆண்டு வருமானம் இருப்பவர்கள் தனிநபர் வருமானவரி கட்ட வேண்டும். நிறுவனங்கள், ஈட்டும் நிகர லாபத்தில், குறிப்பிட்ட அளவு, 'கார்பரேட் வருமான வரி' கட்ட வேண்டும். இதுபோன்றவை நேர்முக வரிகள்.

தவிர வெளிநாட்டில் இருந்து இறக்குமதி செய்யும் சில பொருட்களுக்கு கஸ்டம்ஸ் வரி கட்ட வேண்டும். உள்நாட்டில் உற்பத்தி செய்யும் பல பொருட்களுக்கு கலால் வரி மற்றும் ஜிஎஸ்டி கட்ட வேண்டும். இவையெல்லாம் மறைமுக வரிகள்.

இதற்காக, வருமானத்தை, செய்யும் உற்பத்தியை, வருமானத்திற்கு சேவை (Service)யை கணக்கில் காட்ட வேண்டும். வரிகட்ட வேண்டும். அதற்குத்தான் பேன் கார்டு வாங்கச் சொல்லுகிறார்கள். வருமான வரி கட்ட வேண்டி இருந்தும், கட்டாமல் பதுங்கியிருக்கும் பணத்திற்குப் பெயர்தான் கறுப்புப் பணம்.

பேன் கார்டு, கணினிமயமாக்கல் போன்றவை கருப்புப் பணத்தின் அளவைக் குறைத்துக்கொண்டு வருகின்றன.

67. பெங்களூருக்கும் சென்னைக்கும் புதிதாக எக்ஸ்பிரஸ் அமைக்கிறார்களாமே! அதைப் பற்றி கொஞ்சம் சொல்லுங்கள்...

– ரசிகா, கொடுங்கையூர்

ஆம். 17,000 கோடி ரூபாய் செலவில் ஸ்ரீபெரும்புதூரிலிருந்து பெங்களூரு வரை செல்லுகிற ஆறு வழி பாதை ஒன்று அமைக்கிறார்கள். அது ஒரு புதிய பாதை. இதன் மூலம் சரக்கு போக்குவரத்து மிக வேகமாக நடக்கும். அது இரண்டு மாநிலங்களுடைய தொழில் வளர்ச்சிக்கும் பெரிய அளவில் உதவும் என்கிற நம்பிக்கை. சாலைகள் என்பது எப்பொழுதுமே வளர்ச்சியை கொண்டு வரக் கூடியவை.

68. திட்டக் கமிஷன் என்ன ஆனது?

–காயத்ரி, புதுக்கோட்டை

நினைத்தேன் அடுத்து இந்த கேள்விதான் வரும் என்று.

மார்ச் 15, 1950ல் தொடங்கப்பட்ட திட்ட கமிஷன் பல ஆண்டுகளுக்கு இந்தியாவில் 5ஆம் தேதி திட்டங்கள் மூலமாக முன்னேற்றத்தை கொண்டு வந்தது.அதன் முதல் தலைவராக இப்போதைய பிரதமர் திரு.ஜவஹர்லால் நேரு அவர்கள் இருந்தார்கள். மொத்தம் எட்டு ஐந்தாண்டு திட்டங்களும் சில ஆண்டு திட்டங்களும் திட்ட கமிஷன் மூலமாக கொண்டுவரப்பட்டன. மத்திய அரசால் நடைமுறைப்படுத்தப்பட்டன. ஆனால், காலப்போக்கில் அதன் செயல்பாடுகள் போதவில்லை. 2014 ஆம் ஆண்டு பிரதமர் நரேந்திர மோடி அவர்கள் திட்டக் கமிஷனை மாற்றியமைத்து அது போன்ற வேலைகளை செய்வதற்காக NITI Aayog-(National Institution for Transforming India) என்ற அமைப்பை உருவாக்கினார். அதன் தலைவரும் நாட்டினுடைய பிரதமர்தான். 2015 மார்ச் முதல் மத்திய

அரசுக்கு திட்டங்களில் ஆலோசனை தெரிவிக்கும் அமைப்பாக நிதி ஆயோக் செயல்பட்டுவருகிறது.

69. எலக்ட்ரிக் வெஹிக்கிள்ஸ் டிவி வெற்றி பெறுமா?

– பொன்னுரத்னம், திருவெறும்பூர்

உலக அளவில் பெரிய முதலீடுகள் இதற்குள் போயிருக்கின்றன. பேட்டரி கார்கள், பேட்டரி வண்டிகள் என பலவற்றையும் முயற்சி செய்கிறார்கள். இதற்காக பேட்டரிகளை சார்ஜிங் செய்யும் ஸ்டேஷன்கள் உருவாக்கும் வேலைகளும் வேகமாக நடக்கின்றன.

ஆனால்... எலக்ட்ரிக் எனப்படும் மின்சார வண்டிகளில் பயன்படுத்தப்படும் பேட்டரி என்பது சுற்றுச்சூழலுக்கு சாதகமானது அல்ல. அதுவும் எதிரானதுதான் என்கிற கருத்தும் நிலவுகிறது. எனவே, கிரீன் எனர்ஜி பெரிய அளவில் வந்த பிறகு இந்த இ.வி. படுத்துவிடும் என்றுதான் தோன்றுகிறது.

70. ஈ பட்ஜெட் என்றால்... இந்த பட்ஜெட்டா?

– ராசவேல், குமாரபாளையம்

உங்கள் நகைச்சுவை உணர்வுக்கு எனது பாராட்டுகள். அநேகமாக ஈ என்பது தெலுங்கு சொல் என நினைக்கிறேன் அல்லது மலையாளமா? "ஈ ஆளு" என்பார்கள்.

'ஈ' பட்ஜெட்டில் வருகிற ஈ எலக்ட்ரானிக்ஸ் குறிக்கிறது. முன்பெல்லாம் பல நூற்றுக்கணக்கான தாள்களில் அச்சடிக்கப்பட்டு பல நூற்றுக்கணக்கான பாராளுமன்ற உறுப்பினர்களுக்கு வழங்கப்பட்டு வந்த மத்திய அரசாங்கத்தின் ஆண்டு வரவு - செலவு கணக்கான பட்ஜெட் கடந்த சில ஆண்டுகளாக கம்ப்யூட்டர் மற்றும் லேப்டாப்பில் இருக்கிறது. மின்னஞ்சல்கள் மூலம் பகிரப்படுகிறது. காகிதம் இல்லா நிலையை உருவாக்க சுற்றுச்சூழலை பாதுகாக்க

ஒரு அரசே முன்மாதிரியாக இருக்கவேண்டும் என்ற காரணத்தினால் செய்யப்படுவது.

பட்ஜெட் மட்டும் அல்ல. இப்பொழுது பல்வேறு நிறுவனங்கள் அவற்றின் ஆண்டு அறிக்கைகளை கூட புத்தகங்களாக முன் போல பங்குதாரர்கள் வீடுகளுக்கு அனுப்புவதில்லை. எல்லாம் மின்னஞ்சலில் வருவதுதான்.

71. பரிசாகக் கொடுக்கப்படும் கிப்ட்டுகளுக்கு வருமான வரி உண்டா இல்லையா?

– சரவணன், பெரம்பூர்

என்ன சரவணன் மிரட்டல் தொணியில் கேட்கிறீர்கள்! நீங்கள் கொடுக்கப் போகிறீர்களா? வாங்கப் போகிறீர்களா?

தற்போது இருக்கிற வருமான வரி சட்டத்தின்படி ஆண்டு ஒன்றுக்கு ஒருவர் பெறுகிற பரிசு கிப்ட்டுகளுக்கு அது ரூபாயாக இருந்தாலும் ரூபாய் 50,000 வரை வரி இல்லை. அதற்கு மேல் வருகிற தொகைகளுக்கு மட்டுமே வருமான வரி கட்ட வேண்டும்.

தவிர, பெற்றோர், கணவன் அல்லது மனைவி பிள்ளைகள் மற்றும் நெருங்கிய உறவினர்களிடமிருந்து பெறுகிற பரிசுத்தொகைகள் எவ்வளவாக இருந்தாலும் அதற்கு வருமான வரி இல்லை. (அவ்வளவு எல்லாம் தருவார்களா என்னவென்று எல்லாம் கேட்கக்கூடாது. கிடைத்தால் வரி இல்லை. அவ்வளவுதான்.) திருமணங்களின் போது சிலருக்கு மொய்த் தொகை வரலாம். திருமணத்தின் போது எவ்வளவு வருஷத்திற்கு வந்தாலும் அது மொத்தத்திற்கும் வருமான வரி கிடையாது. (கொடுக்கச் சொல்லுங்கப்பா)

அதேபோல வாரிசாக இருக்கிற காரணத்தினால் பெற்றோரிடம் இருந்து வருகிற சொத்துக்களுக்கும் வரி கிடையாது. அவையும் பரிசாக கருதப்படும்.

72. எம்.பி., எம்.எல்.ஏ.க்கள் சம்பளம் எவ்வளவு?

– சூர்யா, மன்னார்குடி

எம்.பி.க்களின் சம்பளம் நாடு முழுக்க ஒரே அளவுதான். ஆனால் அந்தந்த மாநில எம்.எல்.ஏக்களின் வெவ்வேறு விதமான சம்பளங்கள் கொடுக்கப்படுகின்றன. அதை முடிவு செய்வது மாநில அரசுகள்... எனவே அந்த வேறுபாடு.

2023 விக்கிப்பீடியா தகவல்படி தமிழக எம்.எல்.ஏ.க்களின் மாத சம்பளம் ரூபாய் 2 லட்சத்து ஐந்தாயிரம். இருப்பதிலேயே அதிக சம்பளம் தெலுங்கானா எம்எல்ஏக்களுக்கு தான் 4 லட்ச ரூபாய். டெல்லி, உத்திர பிரதேசம், மகாராஷ்டிரா, ஆந்திரா போன்ற மாநிலங்களில் எல்லாம் 3 லட்ச ரூபாய்க்கும் அதிகம்.

திரிபுரா, நாகாலாந்து, மிசோரம் போன்ற மாநிலங்களிலும் புதுச்சேரியிலும் 1.2 லட்சத்துக்கும் குறைவு.

குடியரசு தலைவருக்கு 5 லட்சம், குடியரசு துணை தலைவருக்கு 4.2 லட்சம், கவர்னர்களுக்கு 3.5 லட்சம், தலைமை நீதிபதிக்கு 2.8 லட்சம்.

பாராளுமன்ற உறுப்பினர்களுக்கு ஒரு லட்சம். தவிர Allowances.

73. தொகுதி மேம்பாட்டு நிதி என்றால் என்ன? அது எவ்வளவு?

– கல்யாணசுந்தரம், மந்தைவெளி

1993ம் ஆண்டு முதல் Members of Parliament Local Area Development Scheme (MPLADS) என்கிற இந்தத் திட்டம் இந்தியாவில் செயல் படுத்தப்பட்டு வருகிறது. இதன்படி, இந்தியாவில் இருக்கிற ஒவ்வொரு பாராளுமன்ற உறுப்பினரும் அவருடைய பாராளுமன்ற தொகுதியில் அந்த ஆண்டு முடிவு செய்யப்படுகிற தொகையை செலவு செய்யலாம். 2023 - 24 க்கு ரூபாய் 5 கோடி என முடிவு செய்யப்பட்டிருக்கிறது.

ராஜ்யசபா உறுப்பினர்களும் அவர்கள் தேர்ந்தெடுக்கப்பட்டிருக்கிற மாநிலத்தில் இருக்கிற ஒன்று அல்லது இரண்டு மாவட்டங்களில் அதே அளவுத் தொகையை செலவு செய்யலாம்.

அதேபோல அனைத்து மாநில தேர்ந்தெடுக்கப்பட்ட சட்டசபை உறுப்பினர்களும் அந்த ஆண்டு முடிவு செய்யப்பட்ட தொகையை அவருடைய தொகுதியில் மேம்பாட்டுக்காக செலவு செய்யலாம்.

2023-24 ஒவ்வொரு எம்.எல்.ஏ.வும் 3 கோடி ரூபாய் வரை செலவு செய்யலாம்.

74. உள்ளூர் வரி என்றால் என்ன?

– ஆர்யமாலா, ஹைதராபாத்

ஓர் இந்திய குடிமகனுக்கு மூன்று விதமான ஆட்சியாளர்கள் இருக்கிறார்கள். ஒன்று மத்தியில் ஆளுகிற சென்ட்ரல் கவர்ன்மெண்ட், இரண்டாவது மாநிலத்தை ஆளுகிற அல்லது யூனியன் பிரதேசத்தை ஆளுகிற முதல்வர். மூன்றாவது அவரவர் இருக்கிற மாநகரம் நகரம் அல்லது ஊர் என்பதை பொறுத்து மேயர் அல்லது ஊராட்சி தலைவர்.

மத்திய அரசு சில வருமான வரி போன்றவற்றை விதிக்கிற அதிகாரத்தை பெற்று இருக்கிறது. நிலவரி, மோட்டார் வாகன வரி போன்றவற்றை வசூலிக்கிறது. மூன்றாவதாக சொத்து வரி குடிநீர் கழிவு நீர் வரி போன்றவற்றை உள்ளூர் ஆட்சியாளர்கள் வசூலிக்கிறார்கள், அதுதான் உள்ளூர் வரி.

75. வருமான வரித்துறைக்கும் அமலாக்கத்துறைக்கும் என்ன வேறுபாடு?

– ராமசந்திரன், தி நகர், சென்னை

நல்லவேளை இரண்டுக்கும் என்ன ஒற்றுமை என்று கேட்டு என்னை மாட்டிவிடவில்லை.

வருமான வரித்துறை என்பது நாட்டிலே ஒரு குறிப்பிட்ட அளவிற்கு மேல் வருமானம் பெறுகிறவர்கள். அதை கணக்குகாட்டி அதற்கு உரிய வரியை கட்ட வேண்டும். அப்படி வரி கட்டாதவர்களை ஆய்வு செய்து அவர்களுக்கு அபராதம் உள்ளிட்ட தண்டனைகளை வாங்கிக் கொடுப்பார்கள்.

அமலாக்கத்துறை என்பது அரசு துறையில் பணியாற்றுகிறவர்கள் அளவுக்கு அதிகமாக சொத்து சேர்த்தால், ஊழல் செய்தால் அதை கண்டறிய நியமிக்கப்பட்டவர்கள்.

மத்திய அரசினுடைய நிதி அமைச்சகத்தின் ஒரு துறையான டிபார்ட்மென்ட் ஆஃப் ரெவன்யூவை சேர்ந்த ஒரு அமைப்பு தான் டைரக்டர் ரேட் ஆப் இன்ஃபோஸ்மென்ட். ஆங்கிலத்தில் The Directorate of Enforcement (ED).

பொருளாதார குற்றங்களை கண்டறிவதற்கான நுண்ணறிவு பிரிவு domestic law enforcement agency and economic intelligence agency .

76. யு பி ஐ என்றால் என்ன?

– குமுதா, திருநெல்வேலி

யூனிஃபைடு பேமெண்ட்ஸ் இன்டெர்ஃபேஸ் Unified Payments Interface என்பதன் சுருக்கம் தான் யூ பி ஐ. (UPI).

பல்வேறு வங்கிகளாய் ஒரே மொபைல் போன் மூலம் இணைக்கும் பரிவர்த்தனை செய்ய உதவுகிற ஒரு ஆப் தான் யுபிஐ.

2016 ஆம் ஆண்டு மத்திய அரசின் ரிசர்வ் வங்கி இதை அறிமுகப்படுத்தியது. இப்போதைக்கு நாம் மொபைல் போன் மூலமாக செய்கிற ஜிபி போன்றவை இதன் கீழ்தான் வருகின்றன. நாள் ஒன்றுக்கு ஒருவர் அதிகபட்சமாக ஒரு லட்ச ரூபாய் வரை இதில் பரிவர்த்தனை செய்யலாம் என்று சில வங்கியில் முடிவு

செய்து இருக்கின்றன. சில வங்கிகள் கூடுதல் தொகைகளையும் அனுமதிக்கின்றன.

மொத்தம் 21 வங்கிகள் இந்த அமைப்பில் உறுப்பினராக இருக்கின்றன இந்த எண்ணிக்கை கூடலாம் குறையலாம்.

77. அது என்ன ஸ்மார்ட் சிட்டி?

– அப்துல் ரஹ்மான், திருச்சி

மக்கள் பொருளாதார வளர்ச்சியை தேடி கிராமங்களில் இருந்து தொடர்ந்து நகரங்களுக்கு வந்து கொண்டே இருக்கிறார்கள் இது உலகம் முழுங்குமே நடந்து கொண்டிருக்கிறது இப்படியாக நம்முடைய பெரு நகரங்களான கல்கத்தா, மும்பை, சென்னை போன்றவை மக்கள் தொகையால் திணறிக் கொண்டிருக்கின்றன. ஆனால், அவர்களுக்கு தேவையான அனைத்தும் அங்கே கிடைப்பதில்லை. குறிப்பாக அந்த நகரங்கள் ஒரு முன்கூட்டிய திட்டத்தால் விரிவாக உருவாக்கப்பட்டது அல்ல.

மாறாக சண்டிகர், பாண்டிச்சேரி, புதுடெல்லி போன்றவை ஓரளவிற்கு இனம் சில தசமங்களுக்கு முன்னால் திட்டமிட்டு உருவாக்கப்பட்ட நகரங்களாக இருந்தன.

இப்போது இருக்கிற காலகட்டத்தில் இன்னும் பலவற்றையும் நினைத்து நகரங்களை இன்னும் வாழத்தக்கதாக சிரமம் இல்லாததாக ஆக்க முடியும், அதற்கான ஏற்பாடு தான் ஸ்மார்ட் சிட்டி.

ஸ்மார்ட் என்றால் புத்திசாலித்தனம். இன்றைக்கு இருக்கிற நவீன தொழில்நுட்பங்களை பயன்படுத்தி மின்னணு மூலமாக சென்சார் போன்றவற்றை பயன்படுத்தி குப்பைகளை அகற்றுவது, குடிநீர் கொடுப்பது, போக்குவரத்தை சரி செய்வது போன்றவற்றையெல்லாம் சிறப்பாக செய்ய முடியும்.

78. ஆன்லைன் வர்த்தகம்... வர்த்தகம் என்கிறார்களே !

– சாந்தி, முத்தரசன் பேட்டை

ஆன்லைன் என்றால், 'லைன்'னில் இருந்துகொண்டு வியாபாரம் செய்வது என்று அர்த்தம். எந்த லைனில் என்று கேட்கலாம். இண்டர்நெட் லைனில் இருந்து.

ஒரு கம்ப்யூட்டர். அதில் இண்டர்நெட் இணைப்பு. இதுதான் ஆன்லைன். அதன் மூலம் செய்யப்படும் வியாபாரம், அது ஆன்லைன் வர்த்தகம்.

புத்தகங்கள் வாங்கவேண்டும் என்றால், நேராக ஒரு கடைக்குப் போய் வாங்கலாம். அல்லது, பதிப்பகத்தாருக்கு தெரிவித்து தபாலில் பெறலாம். அல்லது மேலே பார்த்த, ஆன்லைன் வழியாகவும் வாங்கலாம்.

என்னென்ன இருக்கிறது என்பதை கம்ப்யூட்டரில் இணையம் வழியாகப் பார்க்கலாம். அலமாரி அலமாரியாக பார்ப்பதைவிட இதில் தேடுவது சுலபம். நேர மிச்சம். அலைசல் மிச்சம். தேவையானதை 'மவுஸ்'சை சொடக்கி, சுட்டலாம். பின் கிரெடிட் கார்ட் மூலம், பணமும் அப்போதே செலுத்தலாம். புத்தகம் தபாலில் வீடு தேடி வரும். இதைப்போல எவ்வளவோ பொருட்களை (சேவைகளையும்) இணையம் மூலம் பெறமுடியும். எல்லாம் சேர்ந்தது ஆன்லைன் வர்த்தகம். இதற்கு எதிர்மறை 'ஆப்லைன்' வர்த்தகம். இணையமில்லாமல் நேரடியாக செய்யும் வியாபாரம்.

இப்படிபட்ட வியாபாரம் செழித்து வளர்ந்து ஓங்கி பல ஆண்டுகள் ஆகிறது. உலகிலேயே மிகப்பெரிய ஆன்லைன் வர்த்தகத்தை 'அமேசான்' என்ற நிறுவனம் செய்கிறது. கிரியேட்டிவிட்டியின், அற்புதமான வெளிப்பாடுதான் இந்த அமேசான். ஒரு கடைக்காரர் அல்ல. லட்சக்கணக்கான வாங்குவோர், விற்போர் ஒருவருடன் ஒருவர் இணையம் வழியாகவே தொடர்புகொள்ளலாம். வர்த்தகம் முடித்துகொள்ளலாம். அதற்கு அமேசானுக்கு கட்டணம்

கிடைக்கும். கட்டிடம் இல்லாத உலகின் மிகப் பெரிய சந்தையை உருவாக்கிவிட்டார்கள் இணையம் வழியாக. அந்த பெரிய மார்கெட்டுக்கு எத்தனை வாசல்கள் தெரியுமா? லட்சக்கணக்கான வாசல்கள். அவை எல்லாம் எங்கே இருக்கின்றன தெரியுமா? உலகின் பல பாகங்களிலும். கோடிக்கணக்கான வீடுகளில், வியாபார இடங்களில்.

சாத்தியமா என்று யோசிக்கிறீர்களா? ஏன் சத்தியமில்லை! பலரும் வைத்திருக்கும் அவர்களுடைய கம்ப்யூட்டர்கள்தான் அந்த சந்தையின் வாசல்கள். எத்தனை வாசல்கள் யோசித்துப் பாருங்கள். இப்படி ஆயிரக்கணக்கான ஆன்லைன் சந்தைகள் உள்ளன. எந்த ஒரு வியாபாரியும் கடைக்காரரும் தங்கள் பொருட்களை ஆன்லைனில் (லும்) விற்கலாம். தேவைப்படுபனவற்றை எவரும் ஆன்லைனில் வாங்கலாம். விஞ்ஞானம் தந்திருக்கும் மிகப்பெரிய வாய்ப்பு இது.

இதைத் தொடங்கி வைத்த நிறுவனம் ஈ பே. அதைத் தாண்டி அமேசான் வளர்ந்துவிட்டது. தவிர பிளிப்கார்ட் போன்ற நிறுவனங்களும் சிறப்பாக ஆன்லைன் வியாபாரம் செய்துகொண்டிருக்கின்றன.

இந்த பதிலை எழுதியது 2010க்கும் முன்பு. பிறகு 2020ல் இதே விடயம் குறித்து நான் குமுதம் சினேகிதியில் எழுதிய கட்டுரை கீழே. இந்தியாவில் ஆன்லைன் எவ்வளவு வளர்ந்துவிட்டது என்பது தெரியவரும். அதுகூட 2020ல். அதன்பின் இன்னும் எவ்வளவோ வளர்ந்துவிட்டது.

79. G-20 நாடுகள் என்கிறார்களே! கொஞ்சம் விளக்குங்களேன்!

– எல். குமார், வந்தவாசி

குரூப் ஆப் 20 என்பதன் சுருக்கம். அமெரிக்கா (யு.எஸ்) இங்கிலாந்து, கனடா, பிரான்சு, இத்தாலி, ஜப்பான் மற்றும் ஜெர்மனி போன்ற 7 தொழில்வளம் மிக்க நாடுகள் ஜி.7 என்கிற அமைப்பை வைத்திருந்தன. 1999ம் ஆண்டு முடிவு செய்தபடி, மேலும் 13

நாடுகளையும் சேர்த்து (அர்ஜென்டைனா, ஆஸ்திரேலியா, பிரேசில், சீனா, இந்தியா, இந்தோனேஷியா, மெக்சிக்கோ, ரஷ்யா, சவுதிஅரேபியா, தென் ஆப்பிரிக்க, தென் கொரியா, மற்றும் துருக்கி) ஜி.20 யை உருவாக்கினார்கள். 20 நாடுகளின் நிதி அமைச்சர்களும், மத்திய வங்கிகளின் கவர்னர்களும், ஐரோபிய யூனியன், உலக வங்கி மற்றும் ஐ.எம்.எப். பிரநிதிகளும் சேர்ந்து பேசும் அமைப்புதான் ஜி.20. வர்த்தகம் மற்றும் நிதி தொடர்பான கருத்துப்பறிமாற்றங்கள், பேச்சுகள்.

80. 2023ம் ஆண்டு ஜி –20 அமைப்பிற்கு இந்தியா தலைமை ஏற்றதனால் என்ன மாற்றங்கள் வந்திருக்கின்றன?

– தமிழ்ச் செல்வி, பெங்களூரு.

இந்து தமிழ் திசையில் வெளியாகியிருக்கும் எனது கட்டுரை...

வையத்தலைமைகொள்ளும் இந்தியா

- டாக்டர் சோம வள்ளியப்பன்

வெற்றிகரமாக நிலவில் இறங்கிய சந்திராயன் 3, உலக செஸ் போட்டியில் இரண்டாமிடம், ஈட்டி எறிதலில் தங்கம் என்ற வெற்றிகளைத் தொடர்ந்து, எதிர்பார்த்ததற்கும் அதிகமான பாராட்டுதல் களையும் நன்மைகளையும் இந்தியாவிடம் சேர்த்திருக்கிறது, சென்றவாரம் புதுடெல்லியில் முடிவுற்ற ஜி 20 உச்சிமாநாடு.

சுழற்சி முறையில் அனைத்து உறுப்புநாடுகளுக்கும் கிடைப்பதுதான் ‘ஜி-20’ என்றழைக்கப்படும் ‘குருப் ஆப் 20’ அமைப்பின் தலைமைப் பொறுப்பு என்றாலும், அதை பிரதமர் மோடி தலைமையில் கடந்த 10 மாதங்களாக இந்தியா நடத்தியிருக்கும் விதத்தைப் பார்த்து உலகநாடுகள் பல வியக்கின்றன, பாராட்டுகின்றன.

தேசங்களின் தலைவர்கள் வெளியிட்ட உச்சிமாநாட்டு கூட்டுப்பிரகடனம், முந்தைய ஆண்டு இந்தோனேஷியா

தலைமையில் நடந்த பாலி மாநாட்டின் பிரகடனம் போலில்லை. எந்த நாட்டின் முணுமுணுப்பும் எதிர்ப்பும் இல்லாமல் ஒருமனதாக வெளியிடப்பட்டிருக்கிறது.

ரஷ்யா, சீனா ஒரு பக்கமும் அமெரிக்கா, ஐரோப்பிய யூனியன், ஜப்பான் போன்ற நாடுகள் எதிர்ப்புறமும் பிரிந்து நின்று, உக்ரைன் தொடர்பாக அவரவர் நிலைபாடுகளை தீர்மானத்தில் கொண்டுவர முயன்ற நிலையில், இருசாராருக்கும் ஏற்புடைய கூட்டுப்பிரகடனம் வெளியிட்டிருப்பது அசாத்தியத்திற்கும் அப்பாற்பட்டது. அதை வெற்றிகரமாக, இரு சாராரும் போற்றும் விதம் அமைத்துக்கொடுத்திருக்கிறது இந்தியா. இது மிகப்பெரிய வெற்றி.

இதை சாத்தியபடுத்த இந்தியப் பிரதமர், இங்கிலாந்து, ஜப்பான் பிரான்ஸ் நாட்டுத்தலைவர்களுடன் நேரடியாகப் பேசியிருக்கிறார். இந்திய ஷெர்பா தலைவர் அமிதாப் காந்த், மொத்தம் 200 மணிநேரங்கள் பலநாட்டுப் பிரதிநிதிகளுடன் பேச்சுவார்த்தை நடத்தியிருக்கிறார்.

ரஷ்யாவின் வெளியுறவுத்துறை அமைச்சர் செர்கை லாரவ், மாநாட்டுத் தீர்மானம் ஒரு மைல்கல் என்று பாராட்டுகிறார். அதைவிட ஆச்சரியகரமாக சீனாவின் வெளிவிவகாத்துறை அதிகாரி மாவோ நிங், புதுடில்லி மாநாட்டில் தீர்மானங்கள், உலக பொருளாதார வளர்ச்சி மீட்டெடுப்புக்களுக்கான 'பாசிட்டிவ் சிக்னல்' என்று குறிப்பிட்டிருக்கிறார். இந்தியா தலைமை பொறுப்பில் இருந்ததால்தான் இவையெல்லாம் சாத்தியமானது என்கிறார் ஐரோப்பிய யூனியனின் பிரதிநிதி.

43 உலகத்தலைவர்கள், 25,000 வெளியுறவு அதிகாரிகள் கலந்துகொண்ட மாநாட்டில் பேசப்பட்டவையும், தலைவர்கள் நடந்துகொண்டவிதமும், வெளிவருமா என்று பலரும் சந்தேகப்பட்ட நிலையில் முதல்நாளே ஒருமனதாக வெளியிடப்பட்ட கூட்டுப்பிரகடனமும் உலக நாடுகள் தற்போது இந்தியாவை எவ்வளவு மதிக்கின்றன, இந்தியாவின் வழிகாட்டுதலை ஏற்றுக்கொள்ளும் மனநிலையில் இருக்கின்றன என்பதை காட்டுவதாக எடுத்துக்கொள்ளமுடியும்.

கிடைத்திருக்கும் மரியாதைக்கும், அங்கீகரிப்புகளுக்கும் காரணம் கூட்டுப்பிரகடனம் மட்டுமல்ல. தலைமையேற்கும் நாடு என்கிற முறையில் இந்தியா, ஜி 20 அமைப்பு நாடுகள் செய்யவேண்டியவையாக இந்தியா முன் வைத்த ஆரம்ப நேரத்திலிருந்தே ஆரம்பமாகிவிட்டன என்று சொல்லலாம்.

'ஒரு பூமி-ஒரு குடும்பம்-ஒரு எதிர்காலம்' தொடரக்கூடிய அளவிலான- 'சஸ்டெயினபிள்- வளர்ச்சி', அனைவரையும் உள்ளடக்கிய 'இன்குளூசிவ் குரோத்', சுற்றுபுறச் சூழலைக் கெடுக்காத எரிசக்தி- 'கிரீன் எனெர்ஜி' என இந்தியா முன்வைத்த, நாடுகள் ஒப்புக்கொண்டு செய்யவேண்டிய 'அஜெண்டா' அனைத்து நாடுகளாலும் ஏற்றுக்கொள்ளப்பட்டிருக்கிறது.

'குளோபல் சவுத்' என்று அழைக்கப்படும் ஏழை மற்றும் வளர்ந்துகொண்டிருக்கும் நாடுகளை கருத்தில்கொள்ளும் நடவடிக்கைகள் மற்றும் தீர்மானங்களை கொண்டுவர பிரதமர் மோடி காட்டிய அக்கறையை பல நாட்டுத் தலைவர்களும் பாராட்டி, ஒப்புக்கொண்டிருக்கிறார்கள்.

55 நாடுகள் சேர்ந்த ஆப்ரிக்க யூனியனை, ஜி 20 அமைப்பின் நிரந்தர உறுப்புநாடாக ஆக்க, பாரதப் பிரதமர் முன்மொழிந்ததை ஏனைய தேசங்களின் தலைவர்கள் ஏற்றுக்கொண்டதுடன் அப்போதே சேர்த்துக்கொண்டிருக்கிறார்கள்.

உலக சுற்றுச்சுழல் நன்மைக்காக பெட்ரோலுடன் 20% வரி எத்தனாலை கலந்து பயன்படுத்துவதை அனைத்து நாடுகளும் செய்யவேண்டும் என்று பேசியதுடன் அதற்காக 'குளோபல் பயோ பியூயல் அலையன்ஸ்' ஏற்படுத்தி அதற்கான ஆவணங்களில் அமெரிக்கா, பிரேசில், பங்ளாதேஷ், இத்தாலி, தென் ஆப்ரிக்கா, ஐஅரபு அமீரகம் அர்ஜெண்டைனா, மொரீஷியஸ் ஆகியநாட்டுப் பிரதிநிதிகள் கையெழுத்திட்டிருக்கிறார்கள்.

ஐநா பாதுகாப்பு கவுன்சிலில் இந்தியா உறுப்பினராவதற்கு சீனா பெரிய தடையாக இருந்துவருவது மட்டுமல்லாமல், உலக அரங்கில்

கூடுதல் அதிகாரத்தை பெறவும், தங்கள் நாட்டுப் பொருட்களை பெருமளவில் ஏற்றுமதி செய்யவும் ஒரு யுக்தி செய்தது. அதன் பெயர், 'பெல்ட் அண்ட் ரோடு. மற்றும் 'ஒன் பெல்ட் ஒன் ரோடு'.

சீனா, 2013ல் தொடங்கிய 'ஒன் பெல்ட் ஒன் ரோடு' என்ற, கண்டங்களுக்கு இடையேயான பல லட்சம் கோடி ரூபாய் செலவில் உருவாக்கப்படும், சரக்குப் போக்குவரத்து வழித்தடம், 'காரிடார்'. இதற்காக ஸ்ரீலங்கா, பாகிஸ்தான் உள்பட பலநாடுகளுக்கு கடன் கொடுத்து அந்தப் பணத்தில் அந்தந்த நாடுகளில் துறைமுகம் போன்ற பெரிய கட்டுமானங்களை சீனாவே செய்கிறது. இதனால் பல நாடுகள் சீனாவிடம் கடனாளியாவதுடன், சீனாவின் பொருட்களை வாங்கவும் வேண்டியிருக்கிறது.

ஜி 20 மாநாட்டில் இந்தியா, அதே போன்ற வேறொரு 'இந்தியா-மிடில் ஈஸ்ட்- யூரோப் காரிடார்' IMEC என்ற 8,611 கிலோ மீட்டர் தூர, மும்பையில் தொடங்கி, சவுதி அரேபியா, ஐ.அ.அமி, ஸ்ரேல் வழியாக ஐரோப்பா போய், அங்கிருந்து அமெரிக்கா மற்றும் ஆப்ரிக்க சந்தைகளையும் அடையும். கடல் மற்றும் தரைவழி புதிய 'ஸ்பைஸ் ரூட்' வழித்தடம் ஒன்றை திட்டமிட்டிருக்கிறது. அந்த திட்டத்தின் பகுதிகளாக, கடல், இருப்புப்பாதைகள் மற்றும் சாலைகளை ஒட்டி அருகிலேயே, ஹைட்ரெஜன் குழாய்கள் மற்றும் ஆப்டிக்கல் கேபிள் பைபர் குழாய்களையும் அமைப்பதற்கும் தொடர்புடைய 7 நாடுகளும் ஒப்புக்கொண்டு புரிந்துணர்வு ஒப்பந்தத்தில் கையெழுத்திட்டிருக்கின்றன.

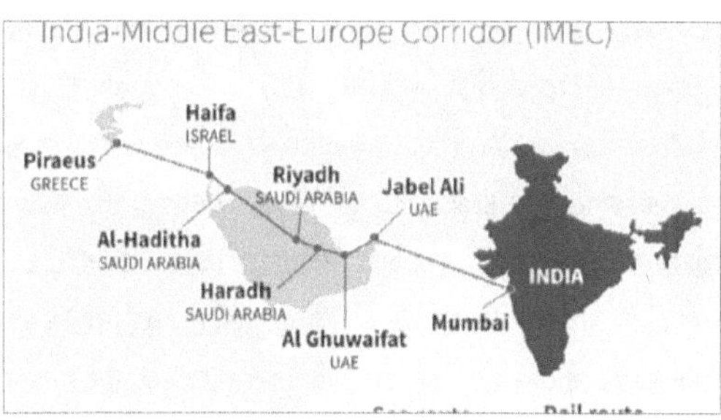

• பிஸினெஸ் லைன் போட்டோ - இணையத்திலிருந்து

ஆக, உலக மக்கள் தொகையில் 65%, உலக வர்த்தகத்தில் 75% மற்றும் மொத்த பொருளாதாரத்தில் 85%, கொண்ட பலமிக்க 20 நாடுகளின் பிரதிநிதிகள் கலந்துகொண்ட ஒரு சர்வேதேச உச்சிமாநாடு நடந்து முடிந்திருக்கிறது.

வந்தார்கள், உண்டார்கள், புகைப்படங்கள் எடுத்தார்கள், போனார்கள் என்பதுபோல நடக்கவில்லை. மாநாட்டுக்கு முன்பே தீவிர திட்டமிடல்களும் வேலைகளும் நடந்திருக்கின்றன.

தொடங்கிய நாளிலிருந்து அல்லது அதற்கு முன்பிருந்தேகூட இந்தியா இதற்காக ஆயத்தமாகி, தலைமைப் பொறுப்பில் இருந்த ஓராண்டு முடிவதற்கு முன்பாகவே பல மட்டங்களில் கூட்டங்கள் நடத்தி, பல நாட்டினரையும் ஈடுபடுத்தியிருக்கிறது.

'பைனான்ஸ் டிராக்' மற்றும் 'ஷெர்பா டிராக்' என இரு வகையான வேலைகளுக்காகவும், உறுப்பு நாடுகளின் அமைச்சர்கள் கலந்து கொண்ட 18 கூட்டங்கள், 80 'ஒர்கிங் லெவல்' கூட்டங்கள் மற்றும் 33 'என்கேஜ்மெண்ட்' குழுக்கள், சென்னை உள்பட இந்தியாவின் 60 வெவ்வேறு நகரங்களில் கூடிப் பேசியிருக்கிறார்கள். அவற்றில் காட்சிப்படுத்துதல்கள், கலந்துரையாடல்கள், புரிந்துணர்வு ஒப்பந்தங்களுக்கான முன்னெடுப்புகள் என பலவும் நடந்திருக்கின்றன.

பல நாடுகளும் அவற்றுக்கு நன்மை கிடைக்கும் விஷயங்கள் குறித்து முடிவுகள் எடுக்கப்பட்டிருப்பதற்காக திருப்தி தெரிவித்திருக்கின்றன. இந்தியாவிற்கும் பல்வேறு தொழில் வியாபார வாய்ப்புகள் கிடைக்கும்.

இந்தியாவைப் பொருத்தவரை அடுத்த சில தசமங்களுக்கு வியாபார மற்றும் பிற வாய்ப்புகளை பெருக்கித் தந்திருக்கும் ஒரு மாநாடு என்று கூட இதை சொல்லலாம். காரணம், தங்களின் வியாபாரத்தை பெருக்கி, பொருளாதாரத்தை வளர்ச்சியடைய செய்து, உலக அளவில் தன் மேலும் அதிகாரத்தை அதிகரித்துக்கொள்ள சீனா போட்ட மாபெரும் 'நியு சில்க் ரூட்' என்ற சீனாவில் இருந்து பலநாடுகள் வழியாக அமெரிக்கா வரை நீளும், கடல் போக்குவரத்துக்கான கட்டுமான திட்டத்துக்கு இணையாக, இந்தியா ஒரு திட்டம்

உருவாக்கி, அதில், அமெரிக்கா, சவுதி அரேபியா, துபாய், ஜப்பான், ஜெர்மனி, பிரான்ஸ், இத்தாலி ஆகிய, தேசங்களுடன் புரிந்துணர்வு ஒப்பந்தம் போட்டிருக்கிறது.

பல ஆண்டுகளுக்கு சில லட்சம் கோடி ரூபாய் செலவில் செய்யப்படவிருக்கும் நியு ஸ்பைஸ் ரூட் காரிடார்; வேலைகளால், இந்திய ரயில்வே, கட்டுமான நிறுவனங்கள், இரும்பு சிமிண்ட் உற்பத்தி நிறுவனங்கள் தவிர வேறு பல தொழில், வியாபார வாய்புகள் பெருகும். இந்தியாவின் ஏற்றுமதி அதிகரிக்கும். ரூபாய் மதிப்பு கூடும்.

மொத்தத்தில், உலக நன்மைக்காக அடுத்தடுத்து செய்யப்பட வேண்டியவை குறித்து சக்திமிக்க நாடுகள் பலமுடிவுகள் எடுத்துள்ள ஜி 20 அமைப்பின் ஓராண்டுகால பணிகளை இந்தியா தலைமையேற்று சிறப்பாக நடத்திமுடித்திருக்கிறது.

81. பணப் புழக்கம் அதிகமாவது வளர்ச்சியா? வீழ்ச்சியா?

– சுந்தரவடிவேலு, சத்யமங்கலம்

நாட்டில் பணப்புழக்கம் அதிகமாவது வளர்ச்சிதான். பணம் உறங்கக்கூடாது. சுற்றி சுற்றி வரவேண்டும். காரணம், ஒருவர் செய்யும் செலவுதான் அடுத்தவருக்கு வருமானம். அந்த வருமானத்தை பெறுபவர், என்ன சும்மவா இருப்பார்? வருமானம் வருவதால் அவர் தாராளமாக செலவழிப்பார். அவர் செலவில் மேலும் பலர் காசு பார்க்க, இப்படியே கோடிக்கணக்கானவர்கள் வருமானம் பெருவதும், அதை செலவு செய்வதுமாக இருக்க, நாட்டின் பொருளாதார சக்கரம் சுழலும்.

சில ஆண்டுகளில் சுற்றும் சக்கரத்தின் வேகம் சற்றுக் குறையக் காரணம், பெரும்பாலும் விலைவாசி ஏற்றமாகத்தான் இருக்கும். விலைவாசி ஏறினால் வட்டிவிகிதங்கள் உயரும். அதிகரிக்கும் வட்டிவிகிதம், பொருளாதார வளர்சிப்பாதையில் 'ஸ்பீட் பிரேக்கர்'கள் போல. வட்டி விகிதங்கள் குறைந்தால் வளர்ச்சி வேகமாகும்.

82. எனது நண்பர் 5 வருடங்களாக சீட்டு நடத்துகிறார். அரசின் அனுமதி ஏதும் பெறவேண்டுமா?

– வி.ஆர். சங்கர், வடபாக்கம்

"சீட்டு (சிட் பண்ட் என்பதுதான் சரி) யார் நடத்துவதென்றாலும் மாநில அரசின் அனுமதியுடன்தான் நடத்தவேண்டும்" என்கிறது மத்திய அரசின் சிட் பண்ட்ஸ் சட்டம் 1982. அனுமதி கொடுக்கும் அதிகாரம் ரிஜிஸ்தரார், சப் -ரிஜிஸ்தரார் அலுவலகங்களில் இருக்கும் பதிவாளர்களிடம் வழங்கப்பட்டிருக்கிறது. தொடங்கப்படும் ஒவ்வொரு குரூப்பையும் அங்கே பதிவு செய்தாகவேண்டும்.

தனி நபர்களோ, பார்ட்னர்ஷிப் நிறுவனங்களோ 5 லட்ச ரூபாய்க்கும் குறைவான பணத்திற்கான சீட்டுகள் நடத்தலாம். அனுமதி கிடைக்கும். அதற்கும் கூடுதலான தொகை என்றால், அப்படிப்பட்ட 'சிட்'களை 'பிரைவேட் லிமிடெட்' ஆக பதிவு செய்த நிறுவனங்கள் மட்டுமே நடத்தலாம். பொதுமக்கள் பணம் அல்லவா! சட்டத்தில் நிறைய கட்டுப்பாடுகள் தெரிகின்றன. ஒருமுறை படித்துப்பார்க்கச் சொல்லுங்கள்.

83. 200 ரூபாய்க்கு நமக்கு வந்த காசோலையைக் கூட, நாம் கணக்கு வைத்துள்ள வங்கியில் டெபாசிட் செய்தால், அதற்கும் சேவைக் கட்டணம் பிடிக்கிறார்களே! அது ஏன்?

– ரேவதி பிரியன், ஈரோடு

உதாரணத்திற்கு, நாம் இந்தியன் வங்கியில் கணக்கு வைத்திருக்கிறோம். நமக்குப் வேறு ஒருவர் காசோலை மூலம் பணம் தருகிறார். அவரும் இந்தியன் வங்கியில்தான் கணக்கு வைத்திருக்கிறார். உள்ளூரிலேயே அமைந்திருக்கும் வேறு ஒரு கிளை அது.

இப்படிபட்ட காசோலைகளுக்கு வங்கிகள் கட்டணம் ஏதும் வசூலிப்பதில்லை. அதே வங்கிதான். ஆனால் வெளியூரில் இருக்கும்

இந்தியன் வங்கி என்றால் அதற்கு கட்டணம் வசூலிப்பார்கள்.

உள்ளூர்தான். ஆனால் வேறு வங்கியின் காசோலை என்றால் அதற்கு கட்டணம் கிடையாது. வேறு வங்கி. ஊரும் வெளியூர். இதற்கு கட்டணம் உண்டு.

வெளியூர் என்றால் கட்டணம் வசூலிக்க வேண்டுமா என்ன? அதுவும் சின்னதொகைகளுக்கு கூடவா! என்று கேட்கிறீர்கள். இரண்டு தகவல்கள். ஒன்று, வங்கிக்கு அந்த பணத்தை நமக்கு பெற்றுத்தர கொஞ்சம் பணம் செலவாகிறது. இரண்டாவது பலர் வைத்திருக்கும் (வெறும்) சேமிப்பு கணக்கு போன்றவற்றால் வங்கிக்கு எந்தவிதமான ஆதாயமும் இல்லை. மேலும் செலவுதான்.

84. பணத்தாள்கள் நிறையப் பெறுகையில் கள்ள நோட்டுகளை கண்டுபிடிப்பது எப்படி? அச்சமாக இருக்கிறதே!

– எல்.எம். அட்சயா, தேவகோட்டை

பார்த்துதான் வாங்குவோம். இருந்தாலும் ஒருசில நோட்டுகள் சரியானவைதானா என்று சந்தேகம் கொள்ளவைக்கும். அப்படிப்பட்ட தாள்களை, வங்கிகளுக்கு எடுத்துப் போய், மேலாளர் உதவியுடன் யூ.வி. என்கிற இயந்திரத்தில் வைத்துப் பார்க்கலாம். ரூபாய் நோட்டுகளூடே 'அல்ட் ரா வயலட்' கதிர்களை செலுத்தி பார்க்கும் முறை அது. கள்ள நோட்டா? நல்ல நோட்டா? என்பது தெரிந்துவிடும்.

85. மூன்று மாதத்திற்கு ஒரு முறை ரிசர்வ் வங்கி புதிய நாணயங்களை வெளியிடுவதாக தொலைக்காட்சியில் பார்த்து தெரிந்துகொண்டேன். ஆனால் அவை உடனடியாக புழக்கத்திற்கு வருவதாக தெரியவில்லையே!

– லட்சுமி பிரபாகரன், அடையாறு

ரூபாய் நோட்டுக்களை அச்சடிப்பது ரிசர்வ் வங்கியின் பொறுப்பு.

அதேசமயம், நாணயங்களை 'மிண்ட்' செய்வது, நடுவண் அரசின் வேலை. அச்சில் வடித்து, ரிசர்வ் வங்கியிடம், "இந்தா. பிடி" என்று கொடுத்துவிடும். இருப்பு வைத்துக்கொள்ளுவதும், வினியோகம் செய்வதும் ரிசர்வ் வங்கியின் பாடு.

புதிய நாணயங்களை தேவைப்படும் அளவு, எல்லா தேசியமயமாக்கபட்ட வங்கிகளின் தலைமையகங்களுக்கும் ரிசர்வ் வங்கி அனுப்பும். அங்கிருந்து, அதன் கிளைகளுக்கு நாணயங்கள் நகரும். அங்கிருந்து பின்பு நாடெங்கும் பரவும். (ஈரோட்டிலும் கிடைக்கும்). தவிர, சென்னை போன்ற இடங்களில், ரிசர்வ் வங்கியின் 'பப்ளிக் கவுண்டர்'களில் புதிய நாணயங்களை பொதுமக்கள் எவரும் நேரிடையாகவும் பெறலாம். நாணயங்கள் தான் என்றாலும் 'சில்லரை' வியாபாரம் கிடையாது. 1000 என்கிற எண்ணிக்கையில் சிறு பைகளில் தைத்து வைத்திருப்பதை, சுயவிபரங்கள் கொடுத்து எவரும் பெறலாம். புதிய நாணயங்கள் வெளியிடப்படும்போது அவையும் கிடைக்கும். மூன்று மாதத்திற்கு ஒருமுறை என்று ஏதும் கணக்கு வைத்திருப்பதாக தெரியவில்லை.

86. நான் 2 ம் ஆண்டு இஞ்சினியரிங் படிக்கிறேன். எனக்கு மெடிக்கல் டிரான்ஸ்கிருப்ஷன் ஒத்துவருமா? யாரை அணுக வேண்டும்? முதலீடு தேவையா?

– பிரவீண்குமார், சேலம்

ஒத்துவரும். மெடிக்கல் டிரான்ஸ்கிருப்ஷன் வேலையை வீட்டில் இருந்து செய்யலாம். இரவு நேரத்திலும் செய்யலாம். அதற்கென்று ஷிப்ட் நேரம் கிடையாது. ஒருநாளில் இவ்வளவு வரிகள் (லைன்ஸ்) அல்லது இத்தனை நிமிட பேச்சு (டிக்டேஷன்) என்று இலக்கு கொடுப்பார்கள். அதை முடித்தால் போதும். காலை 4 மணிக்கே எழுந்து, வேலையில் பெரும் பகுதியை முடித்துவிட்டு, பின்பு குளித்துவிட்டு சாப்பிட்டுவிட்டு, மேலும் கொஞ்சம் டிரான்ஸ்கிரைப் (காதில் கேட்பதை அப்படியே டைப் அடிப்பது) செய்துவிட்டு,

பஸ் பிடிக்க ஓடலாம். கல்லூரியில் இருந்து, மாலை வந்து, மீத வேலையை செய்யலாம்.

சென்னை, கோவை, பெங்களூர் போன்ற நகரங்களில் பல பெரிய மெடிக்கல் டிரான்ஸ்கிருப்ஷன் கம்பெனிகள் இருக்கின்றன. உங்கள் ஊரிலும் பயிற்சிதரும் நிலையம் இருக்கும். ஆன் லைனில் பயிற்சி தரும் நிறுவனங்களும் உண்டு. வலைதளத்தில் தேடுங்கள்.

கம்பியூட்டர் மற்றும் இண்டர்நெட் இணைப்பிற்கான செலவுமட்டுமே முதலீடு.

87. காய்கறிக்கடை வைத்து சம்பாதிக்கலாமா? இல்லை வேறு வேலைக்கு முயற்சிக்கலாமா? மளிகை கடை, மெக்கானிக் கடை எதை ஆரம்பித்தால் பணம் சம்பாதிக்கலாம்?

– த.புகழேந்தி முத்துலட்சுமி, கரூர்

புகழேந்தி உங்கள் முதலீடு என்ன? பணமா? உழைப்பா? பேச்சா? பழகு திறனா? குறிபிட்ட தொழில் குறித்த அறிவா? உங்களின் மிகச் சிறந்த பலம் எதுவோ அதன் மீது நம்பிக்கை வைத்து முழுமூச்சாக இறங்குங்கள் வெற்றிக்கு வேறு வழியே இல்லை. உங்களிடம் சரணடைந்தே தீரும்.

88. மத்திய அரசு பட்ஜெட் தேதியை மாற்றி விட்டதாமே!

– அசோக் குமார், கோயம்பத்தூர்

ஆமாம். முன்பெல்லாம் பிப்ரவரி 28ஆம் தேதி பட்ஜெட் தாக்கல் செய்யப்படும், அதற்கு பிறகு விவாதம் நடக்கும். அதற்கு பிறகு ஒப்புதல் கிடைத்து அது சம்பந்தப்பட்ட துறைகளுக்கு போய் அவர்கள் திட்டங்களை நடைமுறைப்படுத்த ஆரம்பிக்க அந்த குறிப்பிட்ட நிதி ஆண்டின் முதல் இரண்டு மாதங்களில் அரசின் திட்டங்கள் செயல்படாமல் போகிற ஆபத்து இருந்தது.

அதை மாற்றுவது சிரமமா என்ன என்று யோசித்து பிப்ரவரி 28 க்கு பதிலாக பிப்ரவரி ஒன்றாம் தேதியே பட்ஜெட்டை தாக்கல் செய்து பிப்ரவரி அல்லது அதிகபட்சம் மார்ச்சுக்குள் எல்லா வேலையும் முடித்துவிட்டு நிதியாண்டு தொடங்குகிற ஏப்ரல் ஒன்று முதல் வேலைகளை செய்யுங்கள் என்று அறிவுறுத்துவது தான் இப்போது நடந்து கொண்டிருப்பது.

இப்படி எல்லாம் மாற்றி யோசிக்க ஆட்சியாளர்களே மாற வேண்டி இருக்கிறது.

2017 ம்ஆண்டு பிஜேபி யின் நிதியமைச்சர் அருண் ஜெயிட்லிதான் முதன்முதல் பிப்ரவரி 1ம் தேதி ல்பட்ஜெட் தாக்கல் செய்தவர்.

89. கிரீன் எனர்ஜி என்றால் என்ன? – விக்டர், ஆரணி

பொதுவாக நாம் பயன்படுத்தும் எரிபொருட்கள் நிலக்கரி, பெட்ரோல், டீசல், இயற்கை எரிவாயு போன்றவை சுற்றுச்சூழலை மாசுபடுத்தும் என்பதை தவிர அவற்றின் அளவு ஏற்கனவே நிச்சயிக்கப்பட்டு விட்டது. ஒரு அளவிற்கு மேல் அவை கிடைக்காது. அவற்றை மரபுசார் எரிசக்தி என்று சொல்கிறோம்.

மரபுசாரா எரிசக்தி அல்லது நான் கன்வென்ஷனல் எனர்ஜி என்று சொல்லப்படுபவை அனுமின் சக்தி, தண்ணீர், சூரிய காற்றாலை மின்சாரம் போன்றவை. இவற்றுக்கு ஒரு அளவில்லை தொடர்ந்து கிடைக்கும் என்பது தவிர இவற்றால் சுற்றுப்புறத்திற்கு பெரிய மாசு இல்லை. அணு சக்தியால் மிகப்பெரிய ஆபத்துக்கள் உண்டு ஆனால் அது கட்டுப்பாட்டில் வைக்கப்பட்டிருக்கிறது.

இப்போது புதிதாக உருவாக்கப்பட்டிருக்கிற ஒரு பெயர் கிரீன் எனர்ஜி அதாவது இயற்கை என்னும் பொருள் படும் எரிசக்தி. காற்றாலை மின்சாரம் தண்ணீரில் இருந்து எடுக்கப்படுகிற ஹைட்ரோ மின்சாரம் இயற்கை பொருட்களை அழுக வைத்து அதிலிருந்து கிடைக்கிற வாயுவில் இருந்து எடுக்கக்கூடிய பயோ மின்சாரம்

தவிர, இதில் புதிதாக சேர்க்கப்பட்டிருப்பது ஹைட்ரஜன்.

தண்ணீரில் இருந்து ஹைட்ரஜனை பிரித்து எடுக்கலாம். அது மிகப்பெரிய எரிசக்தி. அதை உருவாக்குவதற்கான ஆய்வுகள் பல தேசங்களில் நடந்து கொண்டிருக்கின்றன.

தண்ணீரில் கார்கள் ஓடுகிற நாட்கள் அல்லது ஆண்டுகள் தொலைவில் இல்லை.

எந்த வியாபாரம் ஆரம்பித்தாலும் சரியாக வரமாட்டேன் என்கிறதே!

– பண்டரிநாதன், மைலாடுதுறை

ஒரு கடையில் வெங்காயம் திருடியதாக ஒருவன் கைது செய்யப்பட்டான். அவனுக்கு தண்டனை கொடுத்த நீதிபதி, 3 சாய்ஸ் கொடுத்தார். ஒன்று, திருடிய மொத்த வெங்காயத்தினையும் அவனே பச்சையாக சாப்பிடவேண்டும். அல்லது 10 சவுக்கடிகள். இல்லாவிட்டால் 10 பவுன் அபராதம் கட்ட வேண்டும்.

யோசிக்கவேயில்லை. வெங்காயம் தின்பது சுலபமாக தெரிய, அதை ஏற்றுக்கொள்ளுவதாக சொல்லி, உடனே சாப்பிடத் தொடக்கினான். முயன்று, ஐந்து வெங்காயங்களை தின்றிருப்பான். கண் மூக்கெல்லாம் எரிய ஆரம்பித்துவிட்டது. " தாங்கமுடியவில்லை அய்யா. சவுக்கடியே கொடுங்கள். வேறு என்ன செய்ய?" என்றான். 'சுளீர் சுளீர்' என அடி விழ ஆரம்பித்தது. ஆறு அடிவரை தாங்கிவிட்டான். ஏழாவது அடியில் அலறினான் "அய்யய்யோ போதும். நான் அபராதமே கட்டிவிடுகிறேன். ஆளை விடுங்கள்"

சரியாக வரக்கூடியதை ஆரம்பிப்பதில் இருக்கிறது சூட்சமம். சுலபமாக தெரிவதை எல்லாம் இல்லை.

௯. வரி

90. இப்போதெல்லாம் ரயில்வே பட்ஜெட் என்று ஒன்று வருவதாக தெரியவில்லையே! என்ன ஆயிற்று?

– வித்யா, கோவை

2017 ஆம் ஆண்டு முதல் ரயில்வே பட்ஜெட் என்பது தனியாக இல்லாமல், மத்திய அரசின் பொது பட்ஜெட்டோடு சேர்ந்து தயாரிக்கப்பட்டு, நாட்டின் நிதி அமைச்சரால் பாராளுமன்றத்தில் சமர்ப்பிக்கப்படுகிறது.

1274 ஆம் ஆண்டு, பிரிட்டிஷார் இந்தியாவை ஆண்டு கொண்டு இருந்தபோது தனியாக ஒரு ரயில்வே பட்ஜெட் என்பதை தயாரித்து பயன்படுத்தி வந்தார்கள். ஆனால், சுதந்திரத்திற்கு பிறகும் அதே நிலைமை தொடர்ந்து. பல்வேறு துறைகளைப் போல ரயில்வேயும் மத்திய அரசின் ஒரு துறைதானே! எதற்காக அதற்கென்று ஒரு தனி பட்ஜெட்? அதை எதற்கு ஒரு நாள் தனியாக பாராளுமன்றத்தில் சமர்ப்பித்து, விவாதிக்கவேண்டும் என்று கேள்வி எழுப்பிய நிதி ஆயோக், அது குறித்து ஒரு வெள்ளை அறிக்கை சமர்ப்பித்தது. அதன் அடிப்படையில் ரயில்வே பட்ஜெட் பொது பட்ஜெட்டோடு இணைக்கப்பட்டது.

91. ஜிஎஸ்டி வரிகளை முடிவு செய்வது யார், மத்திய அரசாங்கமா?

– எ. ஷங்கர், திருவண்ணாமலை

இந்த சந்தேகம் பலருக்கும் இருக்கிறது. இன்னும் சொல்லப்போனால் சந்தேகம் கூட இல்லை. நிச்சயமாக மத்திய அரசுதான் என்று நினைக்கிறார்கள். காரணம் செய்யப்படும் பிரச்சாரம் அப்படி.

மேலே இருக்கிற கேள்விக்கு கொடுக்கப்பட்டிருக்கிற பதிலை பார்த்தாலே தெரியும். ஜிஎஸ்டி வரியின் பலன் என்பது மாநில அரசுக்கும் சரி பாதி கிடைக்கிறது.

தவிர, ஜிஎஸ்டி வரியை வருவிகிதங்களை முடிவு செய்வது ஜிஎஸ்டி கவுன்சில். மத்திய அரசு அல்ல.

ஜிஎஸ்டி கவுன்சிலில் மத்திய அரசு மட்டும் அல்ல, கவுன்சிலில் இருக்கும் மொத்த உறுப்பினர்களில் மூன்றில் ஒரு பகுதியினர் மட்டுமே. மத்திய அரசை சேர்ந்தவர்கள். மற்றபடி, மூன்றில் இரண்டு பங்கு பகுதியினராக 66% இருக்கும் உறுப்பினர்கள், பல்வேறு மாநிலங்களைச் சேர்ந்தவர்கள். எல்லா மாநிலங்களிலிருந்தும் வருபவர்கள் சேர்ந்து மொத்தமாக ஜிஎஸ்டி கவுன்சிலில் 66 சதவிகிதம் நபர்கள்.

இந்த கவுன்சில்தான் வரிகள் குறித்து முடிவெடுக்கிறது. எனவே, இந்த முடிவுகளில் எடுப்பதில் மாநில அரசுகளுக்கும் பங்கு உண்டு.

92. சர்வீஸ் டாக்ஸ் என்ன ஆனது?

– விக்டர், அம்பத்தூர்

சர்வீஸ் டாக்ஸ், சரக்கு மற்றும் சேவை வரி ஜிஎஸ்டி வழியாக மாற்றப்பட்டுள்ளது. தனியாக சர்வீஸ் டேக்ஸ் என்பது இனி இல்லை. சர்வீஸ் களுக்கும் ஜிஎஸ்டி தான்.

93. டிடிஎஸ் (TDS) என்றால் என்ன? அது ஒரு வரியா?

– கருணாகரன், அயன்புரம்

அது ஒரு வரி தான் ஆனால் அது வரி அல்ல!

அதாவது அதன் முழு பெயர் டேக்ஸ் டிடெக்டட் அட் சோர்ஸ். ஒருவர் வங்கியில் பிக்சட் டெபாசிட் போட்டு இருக்கிறார். அவருக்கு ஆண்டுக்கு ஒரு லட்ச ரூபாய் வட்டி கிடைக்கிறது. அவர் அந்த வருமானத்திற்கு வரி கட்ட வேண்டும். அதை அவருடைய வருமான வரி தாக்கல் என்பது காட்ட வேண்டும்.

இதெல்லாம் அவர் செய்வாரோ மாட்டாரோ என்ன காரணம், அவருக்கு ஒரு லட்ச ரூபாய்க்கு வட்டி கொடுக்கிற போது அந்த வட்டியில் ஒரு சிறிய பகுதியை அதாவது 10 சதவீதத்தை வட்டி கொடுக்கிற வங்கியே பிடித்து அரசாங்கத்துக்கு கட்டிவிடும். கட்டுகிற போது யாருடைய வருமானத்திலிருந்து எடுத்து கட்டி இருக்கிறது என்கிற தகவலையும் கொடுத்துவிடும்.

ஒருவருக்கு ஆண்டொன்றுக்கு 5 லட்ச ரூபாய்க்கு மேல் இருந்தால் தான் வருமான வரி உண்டு. ஆனால் இவருடைய ஒரு லட்ச ரூபாய்க்கு இந்த வங்கி இப்படி செய்துவிட்டது. அதனால் அவர் அவருடைய வருமான வரியை தாக்கல் செய்கிற போது அவர் கட்ட வேண்டிய வரியை கணக்கிட்டு தான் எதுவும் கட்ட வேண்டாம் என்று காட்டி, இந்த வங்கி ஏற்கனவே பிடித்து வைத்திருக்கிற தொகையை உரிய ஆவணத்தோடு காட்டி அதை எனக்கு திரும்ப கொடுத்து விடுங்கள் என்று கேட்கலாம் அது திரும்ப கொடுக்கப்படுகிறது. அதற்கு வட்டியும் கொடுக்கிறது வருமான வரித்துறை.

ஆக டிடிஎஸ் என்பது பிடிக்கப்படுகிறதுதான். ஆனால் கணக்கு கொடுத்தால் அவற்றை வரி கட்ட தேவை இல்லாதவர்கள் திரும்பப் பெறமுடியும். அல்லது வங்கியிடம் வருமானவரித் துறைக்கு கணக்கு கொடுப்பது என் பொறுப்பு நான் சரியாக கொடுத்து விடுகிறேன். நீங்கள் எதுவும் பிடிக்க வேண்டாம் என்று பார்ம் 15ஜி எழுதிக்

கொடுத்துவிட்டு நிம்மதியாக இருக்கலாம். வங்கி பிடிக்காது எழுதிக் கொடுத்த அந்த ஆவணத்தை வருமானவரித்துறைக்கு அனுப்பி விடும். அதன் பிறகு வங்கியில் இருந்து கிடைத்த வட்டியையும் வருமான வரி தாக்கல் செய்கிற போது கணக்கு காட்டி விடுவது அந்த நபரின் பொறுப்பு.

ஒரு குறிபிட்ட அளவுக்கு மேல் தொகை இருந்தால்தான் டிடிஎஸ். சிறுதொகைகளுக்கு இல்லை. 2023 நிலவரப்படி...

Payment type	Rate of TDS	Goods	Rate of TCS
Salaries	Applicable as per tax slab	Liquor/ alcohol	1 percent
Crossword puzzle, lottery, or horse race prize greater than Rs.10,000	30 percent	Timber wood in a forest that is leased	2.5 percent
Aggregate payment Rs.1 lakh/ Single payment of Rs.30,000 to contractor	1% for individual/ HUF, 2 % for other	Tendu leaves	5 percent
Commission from sale of lottery ticket or brokerage greater than Rs.15,000	5 percent	Forest produce (not including timber and tendu leaves)	2.5 percent
Rent more than Rs,2,40,000 for land, plant & machinery, building	10% for land, 2% for plant & machinery	Metals (includes coal, lignite, iron ore)	1 percent
Immovable property purchase worth more than Rs.50 lakhs	1 percent	Purchase of a motor vehicle more than Rs.10 lakh	1 percent
		Mine, parking lot, quarry, toll plaza	2 percent

94. எதற்காக எல்லாவற்றின் மீதும் ஜிஎஸ்டி போடுகிறார்கள்?

– சுகுமாரன், பள்ளிகரணை, சென்னை

எல்லாவற்றின் மீதும் ஜிஎஸ்டி வரி கிடையாது. ஜிஎஸ்டி வரி ஜீரோ என்கிற அளவிலே இருக்கிற பல்வேறு விலக்கி வைக்கப்பட்ட பொருட்கள் உண்டு. அவற்றிற்கு ஜிஎஸ்டி வரியே கிடையாது.

அரிசி, பருப்பு, காய்கறி, பழங்கள், பால், முட்டை, மாமிசம், மீன் போன்ற ஏகப்பட்ட உணவுப் பொருட்கள, கைத்தறி பட்டு, கதர் ஆடை, நீங்கள் இந்தத் தகவலை படித்துக் கொண்டிருக்கிற புத்தகங்கள் கல்வி மருத்துவமனை சேவைகள் போன்ற எத்தனையோ வற்றுக்கு ஜிஎஸ்டி வரி கிடையாது.

உணவுப் பொருட்களிலேயே பைகளில் அடைத்து ஒரு குறிப்பிட்ட பெயர் போட்டு பிராண்டாக வந்தால் அதற்கு இருக்கலாம்.

95. சர்ச் சார்ஜ் என்றால் என்ன? – ராமநாதன், வில்லிவாக்கம்

வரி போடுகிறார்கள்.

உதாரணத்திற்கு ஒருவருக்கு வருமான வரி என்பது இருபது லட்ச ரூபாய் என்று வைத்துக் கொண்டால் அது அவர் கட்ட வேண்டிய வரி. ஆனால் ஒரு குறிப்பிட்ட தொகுதிக்கு மேல் ஒருவருடைய வருமானம் இருக்கும் என்றால் அவருக்கு வருமான வரி மட்டுமல்ல சர்ச் சார்ஜர் என்பதும் உண்டு.

சர்ச் சார்ஜ் என்பதை வரியின் மீது ஒரு சதவீதமாக கணக்கிட்டு கட்டச் சொல்வார்கள்.

உதாரணத்திற்கு 10 சதவீதம் சர்ச் என்றால் 20 லட்ச ரூபாய் கட்ட வேண்டிய வரி அதன் மீது சர்ச் சார்ஜ் 10% வீதம் 2 லட்சம் ரூபாய் மொத்தமா ஒரு கட்ட வேண்டிய தொகை 22 லட்சம்.

வருமான வரி போன்றவற்றை 'டெவல்யூஷன்' என்கிற முறையில் மத்திய அரசு மாநில அரசுகளுக்குப் பிரித்துக்கொடுக்கும். ஆனால், சர்ச் சார்ஜை பகிர்ந்து கொள்ளத்தேவையில்லை.

96. அரசியல் கட்சிகளுக்கு வெளிப்படையாகவே பணம் கொடுத்தால் அதற்கு வருமான வரி விலக்கு உண்டாமே?

– லட்சுமி, பட்டுக்கோட்டை

ஆம். அதற்கு பெயர் எலக்ட்ரால் பாண்ட்ஸ்.

2018 ஆம் ஆண்டு அது அறிமுகப்படுத்தியது பட்டது அதற்கு யார் பணம் கொடுக்கிறார்கள் என்கிற பட்டியலே வெளியிட வேண்டிய அவசியம் இல்லை. அதனால் அதில் வெளிப்படத் தன்மை இல்லை என்பது அதன் மேல் இருக்கிற பெரிய குற்றச்சாட்டு.

பொதுத் தேர்தல் குறைந்தபட்சம் பதிவான வாக்குகளில் ஒரு சதவீதமாவது வாங்கிய அரசியல் கட்சிகள் பொதுமக்கள் மற்றும்

நிறுவனங்களிடம் இருந்து பண உதவி பெற முடியும். ஆங்கிலத்தில் டொனேஷன்.

இதை பெறுகிற வழி பாரத ஸ்டேட் வங்கி அவ்வப்போது வெளியிடுகிற எலக்ட்ரால் என்கிற பத்திரங்களை விலை கொடுத்து வாங்க வேண்டும் அந்த பத்திரங்களுக்கு வட்டி வராது.

ரொக்க பணம் கொடுத்து அதை வாங்க முடியாது வங்கி காசோலை அல்லது நெட் டிரான்ஸ்பர் மூலமாக இந்த பாண்டுகளை வாங்குபவர் அவருடைய விவரங்களை கொடுத்து வாங்குவார். வாங்கிய பிறகு அந்த பத்திரங்கள் எவருக்கு வேண்டுமானாலும் கொடுக்கப்படலாம் அதை பெறுகிற அரசியல் கட்சிகள் ஸ்டேட் பேங்க் இடம் இருந்து பணத்தை பெற்றுக் கொள்ளலாம்.

அப்படிப்பட்ட ஆண்டுகளை வாங்கியவர்கள் அந்த பாண்டுகளை எந்த கட்சிகளுக்கு கொடுத்தார்கள் என்பது வெளியே தெரியாது அது ரொக்கப் பணம் போல தான். ஆனால் பெற்றுக் கொண்ட கட்சிகள் அவற்றை தங்கள் கணக்கில் வரவைக்கிற போது எந்த கட்சிக்கு எவ்வளவு பணம் கிடைத்தது என்பது மட்டும் வெளிப்படை.

இது கூடாது ஊழலுக்கு வழிவகுக்கும் என்று உச்ச நீதிமன்றத்தில் வழக்கு போடப்பட்டிருக்கிறது நவம்பர் 2023 வரை இன்னும் தீர்ப்பு வரவில்லை.

97. புருனோ, குவைத், பெர்முடா, பெஹறைன், பஹாம்ஸ் போன்ற நாடுகளில் வருமான வரியே இல்லையென்று படித்தேன். வரிகளற்ற பொருளாதாரமும் மக்களின் வாழ்வும் – சமூக கட்டமைப்பும் சிறப்பாக இருக்க முடியுமா?

– எம்.எஸ்.இப்ராகிம், மடிப்பாக்கம், சென்னை 91

அரசுக்கு எதற்காக வரிப்பணம்? அரசுக்கு செலவுகள் இருக்கின்றன. முதலில் அரசாங்கம் என்பது எத்தனை துறைகள், அலுவலகங்கள்,

அதிகாரிகள், ஊழியர்கள், வண்டி வாகனங்கள். அரசை நடத்துவதற்கே ஒவ்வொரு ஆண்டும் ஏகப்பட்ட பணம் தேவை.

அடுத்து முக்கியமாக நாட்டின் பாதுகாப்பு. ராணுவம், போலீஸ் போன்றவை. எல்லாம் போக, மக்களுக்கு செய்யும் நலத்திட்டங்கள். லட்சக்கணக்கான கோடி ரூபாய்கள் இல்லாமல், அரசால் ஏதும் செய்ய முடியாது. 2023-24 ல் மட்டும் மத்திய அரசின் வரிவருமானம் கிட்டத்தட்ட 27 லட்சம் கோடி ரூபாய். அரசின் செலவோ 45 லட்சம் கோடி ரூபாய். வரிகள் மூலம் மத்திய அரசுக்கு கிடைக்கும் வருவாய் 23 லட்சம் கோடிதான். வருமானம் போதாமல் அரசு, கடன் வாங்குகிறது.

அரபு நாடுகள் சிலவற்றைப் போல அரசுக்கு ஏகப்பட்ட சொத்துக்கள் இருக்கவேண்டும். அவற்றில் இருந்து வருமானம் கொட்ட வேண்டும். மக்களும் அரசை எதிர்பார்க்காமல் இருக்க வேண்டும். அப்போதுதான் வரிகள் இல்லாத பொருளாதாரம் சாத்தியம்.

எதற்கெடுத்தாலும் 'பாசிட்டிவ் திங்கிங்' வேண்டும் என்கிறார்களே. ஏதாவது உதாரணம் சொல்லுங்களேன்.

– L. இராமநாதன், கிண்டி

அன்பே உருவான வயதான தம்பதியர்கள் அவர்கள். வெளியூரில் வசிக்கும் அவர்கள் மகளைப் பார்க்கப் போவதற்காக, பேருந்து ஒன்றில் ஏறினார்கள். பேருந்து மலைப்பகுதி வழியாக வளைந்து நெளிந்து போனது.

அவர்கள் இறங்க வேண்டிய நிறுத்தம் வந்தது. கம்பிகளைப் பிடித்துக்கொண்டு, படிகளில் மெதுவாக இறங்கினார்கள். அந்த நிறுத்தத்தில் இறங்கியது அவர்கள் மட்டும்தான். இறக்கிவிட்டுவிட்டு, பேருந்து கிளம்பிப் போனது.

போகும் வழியில் மலையில் இருந்து உருண்டு வந்த பெரிய பாறை ஒன்று, சரியாக பேருந்தின் மீது விழ, பேருந்து முற்றிலும் நசுங்கி, உள்ளே இருந்த பயணிகள் அனைவரும் அதே இடத்தில் இறந்துபோனார்கள்.

முன் நிறுத்தத்தில் இறங்கிவிட்டிருந்த வயதான தம்பதியருக்கும் அந்த செய்தி கிடைத்தது. "நல்ல வேளை நீங்கள் அப்போது அந்த பேருந்தில் இல்லை. இறங்கிவிட்டீர்கள்" என்றார் ஒருவர். அதற்கு அந்த பெரியவர் சொன்ன பதில் என்ன தெரியுமா? "அடடா! நாங்கள் அந்த பேருந்தில் இருந்து இறங்கி இருக்கக் கூடாது."

கேட்டவருக்கு ஆச்சரியம். "ஏன் அப்படி சொல்லுகிறீர்கள்?" எங்களுக்காக அந்த பேருந்து சற்று நேரம் ஓரிடத்தில் நின்றதே! அப்படி நிற்காமல் தொடர்ந்து போயிருந்தால், அந்த பாறை விழுந்த நேரம், பேருந்து அந்த இடத்தினை கடந்திருக்குமே! எவருக்குமே எதுவுமே நடந்திருக்காதே!"

10.மியூச்சுவல் பண்ட்

98. மாதாமாதம் 2000 ரூபாய் சேமிப்பிற்காக ஒதுக்கலாம் என்று நினைக்கிறேன். எதில் போடலாம்? பரஸ்பர நிதியில் போடலாமா?

– சுவர்ணா, சென்னை–18

தாராளமாக. அஞ்சலக சேமிப்பு போல வங்கி ஆர்.டி. போல, சீட்டுக் கட்டுவதுபோல, சிறியதாக சேமிக்கும் பணத்தினை, பரஸ்பர நிதியில் போடலாம். 2000 தான் என்றில்லை. மாதம் வெறும் 500 ரூபாய்கூட போதும். தொடர்ந்து கட்டி வரலாம். இப்படி செய்யும் முறைக்குப் பெயர், எஸ்.ஐ.பி. (SIP).

பாரத ஸ்டேட் வங்கி, HDFC போன்ற வங்கிகளும், கோட்டக், பிர்லா சன்லைப் போன்ற பல தனியார் நிறுவனங்களும் இப்படிபட்ட திட்டங்களை நடத்துகிறார்கள்.

உண்டியலில் போடும் காசு போல நினைத்துக்கொண்டு எடுக்காமல் விடுவதில்தான் இருக்கிறது லாபம்.

நல்ல நிறுவனம் நடத்தும் சிறந்த திட்டமாக தேர்வு செய்து, 5,10 ஆண்டுகளுக்கு சேமித்துப் பாருங்கள். அதன் வளர்ச்சி பிரமிப்பானதாக இருக்கும்.

99. யூலிப் வழியில் மியூட்சுவல் பண்டில் ஓய்வூதிய திட்டம் இருக்கிறதா? இந்த திட்டத்தை எந்த மியூட்சுவல் பண்ட் கம்பெனி தருகிறது?

– எல். முருகநாதன், தெற்கு மேதலேடை, இராமநாதபுரம்

ஏகப்பட்ட திட்டங்கள் இருக்கின்றன. அரசின் எல்.ஐ.சி.யில் இருக்கும் மார்க்கெட் பிளஸ்1 போன்றவை அப்படிப்பட்டதுதான். தவிர எல்லா தனியார் காப்பீடு நிறுவனங்களிலும் யூலிப் வழி ஓய்வுதிய திட்டங்கள் இருகின்றன.

100. யூலிப்பில் 2 தவணைகள் கட்டியாகிவிட்டது. பங்குச் சந்தை இவ்வளவு அதிகமாக இறங்கியுள்ளதே! அடுத்த தவணையை கட்டலாமா, கூடாதா?

– சிவசங்கர் , கல்பாக்கம்

பங்குகளில் முதலீடு செய்யும் நிதியை (ஈக்குவிட்டி, குரோத் பண்டுகள்) தேர்வு செய்தவர்களுக்குதான் இப்போது கவலை. 'கடன் பத்திரங்களில் முதலீடு' (டெட் பண்டுகள்) செய்தவர்களுக்கு பங்குச் சந்தை வீழ்ச்சியினால் பாதிப்பு இல்லை.

பங்குச் சந்தையில் முதலீடு செய்யும் யூலிப்பில் சேர்கிற ஒருவர், இரண்டு வகைகளில் அந்த திட்டத்தில் சேரலாம். ஒன்று 'லம்ப் சம்' எனப்படும் ஓரே தவணையில் மொத்த பிரிமியத்தை கட்டும் முறை. அவர்களைப் பற்றி பேச்சு இல்லை. காரணம், அவர்கள் கட்டவேண்டிய முழுத்தொகையையும் கட்டியாகிவிட்டது. இனி செய்வதற்கு ஏதுமில்லை. காத்திருக்கலாம்.

இரண்டாவது வகை, பிரிமியத்தை தவணைகளில் கட்டுவது. மாதம் ஒரு முறையோ, காலாண்டுக்கு ஒரு முறையோ அல்லது அரை/ முழு ஆண்டிற்கு ஒருமுறையோ கட்டுவது.

உங்கள் சக்திக்கு உட்பட்ட அளவு பணத்தைத்தான் பிரிமியமாக கட்டுகிறீர்கள் என்றால், தொடர்ந்து கட்டுங்கள். அதற்கு 3 காரணங்கள்.

ஒன்று, முதல் தவணையைவிட (23%), அதற்கடுத்த தவணைகளை கட்டும்போது, நிறுவனம் குறைவான தொகையையே (3%) கட்டணமாக எடுத்துக்கொண்டு, பிரிமியத்தின் பெரும்பாலான தொகையை நம் கணக்கில் வரவு வைக்கும். அந்த நேரத்தில் கட்டாமல் விடுவானேன்!

இரண்டாவது காரணம், பங்கு சந்தை இறங்கியிருக்கும் நேரம் பங்கு விலைகள் குறைவாக இருப்பதால், கட்டுகிற பிரிமியத்திற்கு, அதிகப்படியான யூனிட்டுகள் கிடைக்கும்.

மூன்றாவது காரணம், காப்பீடு யூலிப், பரஸ்பர நிதிகள் போன்றவை பத்து, 15, 20 ஆண்டுகளுக்கு என்று விட்டுவிட்டு வைக்கப்படவேண்டியவை. சேர்ந்துவிட்டீர்கள், காட்டுவதில் பிரச்சனை இல்லையென்றால், கட்டுங்கள். பின்னால் நன்றாக வரும்.

நகையை விற்று, அல்லது கடன் வாங்கித்தான் பிரிமியம் கட்ட வேண்டும் என்றால், வேண்டாம். கட்டியது வரை போதும்.

ஆனால் ஒரு யோசனை சொல்லவா? இன்சூரஸ் என்பதன் நோக்கமும் தேவையும் வேறு. அதற்கு பியூர் / டெர்ம் இன்சூரன்ஸ்தான் சரி. இல்லாவிட்டால் எண்டவ்மெண்ட். யுலிப் வகை தேவையில்லை.

101. தீமேட்டிக் பண்ட் என்றால் என்ன?

– சுந்தரவடிவேலு, சத்தியமங்கலம்

பரஸ்பர நிதிகளிடம் முதலீட்டிற்காக நாம் கொடுக்கும் பணத்தை பெருக்குவதற்காக அவர்கள், ஒன்றுக்கும் மேற்பட்ட நிறுவனங்களின் பங்குகளை, பங்குச் சந்தைகளில் வாங்குகிறார்கள்.

எவற்றில் முதலீடு செய்தால் நல்ல லாபம் கிடைக்கும் என்று ஆராய்ந்து, சுமார் 30 முதல் 100 நிறுவனப் பங்குகள் வரை

ஒரு பரஸ்பர நிதி வாங்குகிறது. எப்படி நிறுவனங்களை தேர்வு செய்கிறார்கள் என்பதுதான், அது என்னவிதமான 'பண்ட்' என்பது.

'சிறிய நிறுவனங்கள்' என்று தேர்வு செய்தால் அந்த நிதிக்குப் பெயர், 'ஸ்மால் கேப் பண்ட்'. பெரிய முதலீடுகள் இருக்கும் நிறுவனங்களை தேர்வு செய்து வாங்கினால், அது 'லார்ஜ் கேப் பண்ட்'. இதுபோல இன்னும் பல அடிப்படைகள் இருக்கின்றன. 'வளர்ச்சி' அல்லது 'டிவிடெண்ட் தரும்' நிறுவனங்கள் என்று தேடி வாங்குவது. அல்லது குறிப்பிட்ட துறை சார்ந்த நிறுவனங்களாக தேடித் தேடி வாங்குவது. ('தகவல் தொழில்நுட்ப (IT) நிறுவனங்கள்' 'மருந்து கம்பெனிகள், 'இன்ப்ராஸ்டிரக்சர்') இவை எல்லாம் 'செக்டர்' (துறை) பண்டுகள்.

தீமேட்டிக் பண்டுகள் என்பது மற்றும் ஒரு வகை. சண்டைப்படங்கள், சிரிப்புப் படங்கள் என்று திரைப்படங்களைப் வகை பிரிப்பது போல, எந்த கருத்தின் அடிப்படையில் நிறுவனங்களை தேர்வு செய்து முதலீடு செய்கிறார்கள் என்பதுதான், 'தீம் மேட்டிக்' பண்டுகள். 'பொழுது போக்கு', அல்லது 'சுற்றுலா' போல இன்னும் பல 'கருத்துகள்' அடிப்படையில். அந்த வகையில் ஒரு துறைதான் என்றில்லை. சிறியது, பெரியது என்றில்லை. அந்த கருத்தின் அடைப்படியில் இயங்கும் சிறந்த நிறுவனப் பங்குகளில் எல்லாம் முதலீடு செய்வது.

பரஸ்பரநிதிகள் முதலீடு குறித்து ஒரு புத்தகம் அள்ள அள்ள பணம்-6 மியூட்சுவல் பண்ட்ஸ் என்று எழுதியிருக்கிறேன். வாங்கிப் படிக்கலாம்.

102. டேக்ஸ் கெயின் என்கிற மியூட்சுவல் பண்ட்டில் போடலாமா? 3 வருடங்கள் கழித்துத்தான் பணம் திரும்ப வரும் என்கிறார்கள். கட்டிய பணம் உரிய வட்டியுடன் வருமா? அல்லது மார்க்கெட் ஏற்ற இறக்கங்கள் அதை பாதிக்குமா?

– கதிர், மைலாப்பூர்

மூன்று வருட 'லாக் இன்' என்பது கொடுக்கப்படும் வரிச்சலுகைக்காக. அதில் முதலீடு செய்யும் தொகைக்கு, வருமான வரியில் இருந்து விலக்கு கொடுக்கிறார்கள் இல்லையா? அதனால் 3 வருடங்கள் கழித்துதான் திரும்ப எடுக்கவேண்டும் என்கிற கட்டாயம்.

பணம் பங்குச் சந்தையில் முதலீடு செய்யப்படுவதால், ஏற்ற இறக்கங்கள் பாதிக்கத்தான் செய்யும். திரும்பப் பெறும்போது பங்குச் சந்தை இருக்கும் நிலையை வைத்துதான், திரும்ப கிடைக்கும் பணத்தின் அளவு இருக்கும்.

103. மியூட்சுவல் பண்ட் திட்டங்களில் முதலீடு செய்தால், சந்தை அபாயங்களினால் முதலீடே குறையுமா அல்லது லாபத்தில் மட்டும் தான் குறையுமா?

– ஆர் பாலகிருஷ்ணன், நாமக்கல்

நல்ல வேளையாகப் போயிற்று. இப்போதாவது கேட்டீர்களே! மியூட்சுவல் பண்டுகளும் பங்குச் சந்தையில்தான் முதலீடு செய்கிறார்கள். குறையக்கூடியது லாபம் மட்டுமா அல்லது முதலுமா என்பது வருகிற அபாயத்தைப் பொறுத்தது. சில மழைகள் காலை நனைக்கும். சில முழங்கால் வரை வரும். எப்போதாவது சில கழுத்துவரையும் வருவதுண்டு.

104. இண்டெக்ஸ் பண்ட் எப்போது, எந்த வயதினர் போடலாம்?

– ராகேஷ் சென்னை

எந்த வயதினரும் போடலாம். போட்ட பணத்தை உடனடியாக எடுக்காமல் பல வருடங்கள் விட்டு வைக்கவேண்டும் என்பதுதான் அதில் லாபம் பார்க்கும் வழி. அப்படிவிட்டு வைத்தால் லாபத்திற்கான வாய்ப்புகள் பிரகாசம்.

ராகேஷ், உங்கள் வயது என்ன? நீண்டகாலம் விட்டுவைக்க முடியும் என்றால் தாராளமாக இண்டெக்ஸ் பண்ட் போடுங்கள். இந்திய பொருளாதார வளர்ச்சியுடன் சேர்ந்தாக அமையும் உங்கள் பொருளாதார வளர்சியும். காரணம், இண்டெக்ஸ் என்பது, இந்தியாவின் மிகப்பெரிய நிறுவனங்களின் லாப வளர்ச்சியுடன் தொடர்புடையது.

11. பங்குகள்

105. வெளிநாட்டவர்கள் நம் நாட்டில் பங்குகள் வாங்குவது போல, நம்மவர்கள் வெளியில் வாங்கலாமா?

– ராஜ்குமார், மைலாப்பூர்

வாங்கலாம். பங்குகளை மட்டுமல்ல. சில ஆண்டுகளுக்கு முன்பு ரிசர்வ் வங்கி, அதற்கான விதிகளை தளர்த்தியது. அதன் பிறகு நம்மவர்களில் பணமிருக்கும் சிலர், வெளிநாடுகளில், பங்குகள், பாண்டுகள், தங்கம், பரஸ்பரநிதிகள் போன்றவற்றை வாங்கியிருக்கிறார்கள்.

இந்திய குடிமக்களுக்கு ஆண்டுக்கு 2.5 லட்சம் அமெரிக்க டாலர் வரை வெளிநாட்டில் முதலீடு செய்ய அனுமதி உண்டு. டாலர் 80 ரூபாய் மதிப்பில் இந்திய ரூபாய் 2 கோடி. இந்த திட்டத்தின் பெயர், Liberalised Remittance Scheme (LRS).

2021-22ம் ஆண்டில் ரூ 1.69 பில்லியன் அமெரிக்க டாலர்கள் அளவு முதலீடுகள் நடந்த்திருக்கிறது. டார் 80 அளவில் 12500 கோடி ரூபாய்.

106. இந்தியாவில் பங்குச்சந்தை எப்போது துவக்கப்பட்டது?

– எல்.மீனாட்சி சுந்தரம், திருவண்ணாமலை

நமது மும்பை பங்குச் சந்தை (BSE) தான் ஆசியாவிலேயே முதன்முதலாக தொடங்கப்பட்ட பங்குச் சந்தை (தந்தை!). தொடங்கபட்ட ஆண்டு 1875. இளவல், தேசீயப் பங்குச் சந்தை (NSE) வந்து 20 ஆண்டுகள் ஆகப்போகிறது. அதன் பிறந்த நாள் 3.11.1994. வியாபார அளவில் வர்த்தகத்தில் சின்னவர்தான் முன்னணியில் இருக்கிறார். வெகுதூரத்தில்.

107. உண்மையாக சொல்லுங்கள், பங்குச் சந்தை என்பது சூதாட்டம் போலத்தானே!

– முத்து, ஆள்வார்பேட்டை

ஆமாம். அப்படி அணுகுபவர்களுக்கு. எதைதான் சூதாட்டம் போல செய்ய முடியாது? அப்படிப் பார்க்காமல், முதலீடு செய்யும் வாய்ப்பாகவும் அணுகலாம்.

108. இப்போதைய சூழ்நிலைக்கு ஏற்றார்போல, பங்குச் சந்தை தத்துவம் ஒன்று சொல்லுங்களேன்.

– உபயத்துல்லா, பரமகுடி

இப்போதைக்குத் தான் என்றில்லை. எப்போதும் நினைவில் வைத்துகொள்ளக் கூடியதாகவே ஒன்று சொல்லட்டுமா?

பங்கு வாங்கும்போது, சொந்தப்பணத்திற்கு நிறுவனம் வாங்குகிறோம் என்று நினைத்து செய்ய வேண்டும். ஆமாம். நல்ல நிறுவனங்களை எப்போது வாங்கினால் தான் என்ன? நல்ல நிறுவனங்களாக தேர்ந்து வாங்கினால், எப்போது வாங்குகிறோம் என்பதில் தவறு பெரியதாக நிகழ்ந்துவிட முடியாது.

109. ஷேரில் துணிந்து இறங்கலாமா?

– சங்கை ஜி.குப்புசாமி. சென்னை 26

மிஸ்டர் குப்புசாமி, நீங்கள் கேட்பதைப் பார்த்தால், பங்குச் சந்தை என்னவோ குத்துச்சண்டைப் போட்டி போல அல்லவா இருக்கிறது! துணிந்து இறங்குவது இருக்கட்டும். அதைப் புரிந்துகொண்டு இறங்குங்கள்.

110. நண்பன் ஒருவன் எப்போது பார்த்தாலும் 'இன்ட்ரா டே', 'இன்ட்ரா டே' என்று அலைகிறான். ஒன்றும் புரியவில்லையே! பயல் தேறுவானா?

– சஞ்சீவி– தஞ்சாவூர்

சந்தேகம்தான்.

'இன்ட்ரா டே' என்றால் பங்குகளை வாங்கிய அன்றே விற்பது. அல்லது விற்றுவிட்டு அன்றே வாங்குவது. விலை வித்தியாசத்தில் லாபம் பார்க்க ஆசைப்படுவது. வெறும் ஆசையா அது? பேராசை!

அவருக்கு எப்போதாவது, சரியாக வந்திருக்கும். அந்த நினைப்பு விடாது. பங்குச் சந்தை என்பதே, 'பணமானது, அடிக்கடி வாங்கி விற்பவர்களிடம் இருந்து, பொறுமை காப்பவர்களிடம் போய் சேருவதற்கான அமைப்பு' என்று வாரன் பஃப்பெட் என்ற பங்குச்சந்தையில் 60 ஆண்டுகளாக நன்றாகவே சம்பாதித்துக் கொண்டிருக்கும் உலகின் 3வது பெரிய பணக்காரர் வார்ன் பஃப்பெட் சொல்வார்.

பங்குச் சந்தையில், 'இன்ட்ரா டே' வர்த்தகம் என்பது பெரும்பாலும் கவிழ்த்துத்தான்விடும். நண்பன் என்கிறீர்கள். வேண்டாம் என்று சொல்லுங்கள்.

111. மின்உற்பத்தி செய்யும் நிறுவனப் பங்குகளின் எதிர்காலம் எப்படியிருக்கும்?

– சுமதி சந்திரசேகர், மறைமலைநகர்

சிறப்பாகவே இருக்கும். காரணம், நாட்டின் மின்சாரத் தேவை அப்படி. வந்துவிட்ட மின்வெட்டுகளும் அதைதான் காட்டுகின்றன.

பொருளாதார வளர்ச்சி வேண்டும் என்றால், மின்திட்டங்கள் இல்லாமல் முடியாது. ஒரு ஐந்து ஆண்டு திட்டத்துடன் மின்சாரத்துறையில் இயங்கும் நல்ல நிறுவங்களின் பங்குகளை வாங்கி வையுங்கள்.

112. ஆயிரக்கணக்கான நிறவனங்களின் பங்குகள் விலைக்கு கிடைக்கின்றன. எதை வாங்குவது என்று தலையைப் பிய்த்துக்கொள்ளாமல், எல்லாவற்றிலும் ஒவ்வொன்று வாங்கலாம் என்று நினைக்கிறேன். எப்படி என் யோசனை?

– அறிவழகன், வியாசர்பாடி

நிச்சயமாக இது ஒரு வித்தியாசமான யோசனைதான். வித்தியாசங்கள் கவனிக்கப்படலாமே தவிர, பலன் தராது.

The Quick Brown Fox jumps over the lazy Dog என்ற இந்த வாக்கியத்தில் ஒரு வித்தியாசம் இருப்பது தெரிகிறதா? ஏ பி சி டி 26 எழுத்துக்களும் இந்த ஒரு வாக்கியத்தில் வருகின்றன. பலன் ஒன்றும் இல்லை. ஆனால் வித்தியாசமான வாக்கியம் தான். உங்கள் யோசனையும் இப்படிப்பட்டதுதான்.

இப்படி எல்லாவற்றையுமே தான் வாங்குவேன் என்று அடம் பிடித்தால், வேண்டுமானால் ஒன்று செய்யுங்கள். தேசியப்பங்குச் சந்தையின், 'நிப்டி பியூட்சர்ஸ்' சை வாங்குங்கள். அது, அந்த பங்குச் சந்தையில் பட்டியல் இடப்பட்டிருக்கும் தரமான 50 பங்குகளின் கலவை. அல்லது 'நிப்டி பீஸ்' என்பதையும் வாங்கலாம். எல்லாம் வித்தியாசமனாவை (மட்டும்)தான்.

113. பங்குச் சந்தையில் ஏதாவது புதியதாக?

– கென்னடி, நெய்வேலி டவுன்ஷிப்

டிரேடிங் நேரத்தை அதிகப்படுத்துவார்கள் போலிருக்கிறது. வேலை செய்கிறவர்களுக்கு நிச்சயம் இது ஒரு படுத்தல்தான்.

114. பங்குச் சந்தை என்ன இவ்வளவு உயர்கிறதே !

– தி. ராஜி, திருநெல்வேலி

முன்பெல்லாம், மகப்பேறு, மழைப்பேறு இரண்டும் எப்போது என்று ஆண்டவனுக்குத்தான் தெரியும் என்பார்கள். இப்போது பங்குச்சந்தை உயரும் அளவுகளைப் பார்த்தால், அந்த இரண்டோடு இதையும் சேர்த்துவிடலாம் என்று தோன்றுகிறதோ!

இப்படி யோசித்துப் பாருங்கள். இப்போது பலவும் இந்தியாவிற்கு/ இந்திய பொருளாதாரத்திற்கு சரியாக இருக்கின்றன. வெளிச்சம் குறைந்தால் சந்தியும் இறங்கும் கால சுழற்சியில் இரவும் வரும் பகலும் வரும். பங்குச் சந்தை விதிவிலக்கல்ல.

115. வெற்றி பெறுவதற்கான சந்தர்ப்பம் எல்லோருக்கும் வருகிறது. எனக்கு மட்டும் வராதது ஏன்?

– கண்மணி, மாதவரம்

'கடவுளை பார்க்கவேண்டும், அவரிடம் வரங்கள் கேட்கவேண்டும்' என்று ஒருவர் தவமிருந்தார். கடுமையான தவம். அவர் மீது பட்டாம் பூச்சி ஒன்று வந்து அமர்ந்தது. இது என்ன தொந்திரவு என்று அதனை விரட்டினார். அவரது தியானத்தினை தொடர்ந்தார். அடுத்து, அவர் காதில் யாரோ இறைஞ்சுகிற சத்தம் கேட்க, சலிப்புடன் கண்ணைத்திறந்து பார்த்தார். ஒரு பிச்சைக்காரன். 'போடா போ'

என்று அவனை விரட்டிவிட்டு, மீண்டும் இறைவனை நினைத்து கண் மூடினார். இப்போது அவரது கவனைத்தினை கலைத்தது ஒரு சிறு குழந்தை.

சலிப்புடன் எழுந்தார். 'எவ்வளவு கேட்டும் நீ காட்சி தரமாட்டேன் என்கிறாயே!' என்று யோசிக்க, அப்போது அவர் முன் இறைவன் தோன்றினார். 'ஏன் இவ்வளவு சோதனை? எதனால் இவ்வளவு தாமதம்?' என்று கேட்க, 'இல்லையே நான் முன்பே மூன்று முறை வந்தேன். நீதான் என்னை கவனிக்க மறுத்துவிட்டாய்' 'அப்படியா? எப்போது வந்தீர்கள்?' 'முதல் முறை, பட்டாம் பூச்சியாக, இரண்டாம் முறை பிச்சைக்காரனாக, மூன்றாம் முறை குழந்தை உருவில்' 'அட! அதெல்லாம் நீங்கள் தானா?'

சந்தர்ப்பங்களுக்காகத்தான் எல்லோருமே காத்திருக்கிறோம். ஆனால், அவற்றை சரியாக அடையாளம் கண்டுகொள்பவர்கள் குறைவு. பயன்படுத்திகொள்பவர்கள் அதைவிடக் குறைவு. சந்தர்ப்பங்கள், கழுத்தில் பெயர் பலகையுடனோ, நெற்றியில் எழுதி ஒட்டிக்கொண்டோ வருவதில்லை. மழைக்காக எவ்வளவு பிராத்தனைகள் செய்திருக்கிறோம்! எத்தனை நூறு அடி ஆழங்கள் தோண்டியிருக்கிறோம். கொட்டுகொட்டென்று கொட்டும்போது, தேக்கிக்கொண்டது எவ்வளவை!

116. பங்குகளின் மதிப்பை எப்படி முடிவு செய்கிறார்கள்?

– லயோலா ராகுல்– சென்னை 34

ஏலம் போடும் இடத்திற்கு போயிருக்கிறீர்களா? அதே முறைதான். என்ன அங்கே, அதிகபட்ச விலைக்கு கேட்பவருக்கு, கட்டாயம் பொருளைக் கொடுத்தாக வேண்டும். ஏலப் பொருளும் ஒன்றுதான் இருக்கும்.

பங்குகள் ஆயிரம், லட்சமல்ல, கோடிக்கணக்கில் கூட வாங்குவதற்கு கிடைக்கும். பங்குச் சந்தையில், விற்பவர்கள் வாங்குபவர்கள்

எண்ணிக்கை மற்றும் தேவையை வைத்து, விலைகள் அவ்வப்போது முடிவாகிறது. தங்கம், வெள்ளி போல போல, குறிபிட்ட நாள் முழுவதற்கும் ஒரே விலைதான் என்றில்லை. பங்குச் சந்தையில் வர்த்தகமாகும் நேரங்களில், பங்கு விலைகள் நொடிக்கு நொடிகூட மாறும். (அதுதான் பிரச்னையே என்கிறார்கள் சில 'அனுபவசாலிகள்')

117. ஒன்றில் இடம் பெற்ற பங்கு இன்னொரு சந்தையிலும் இடம் பெற முடியுமா?

– ராகுல், ராசிபுரம்

ஒரே நிறுவனத்தின் பங்கு ஒன்றுக்கும் மேற்பட்ட பங்குச் சந்தைகளிலும் பட்டியலிடப் படலாம். வாங்க விற்கப்படலாம்.

118. வளர்ந்த நிறுவனங்களில் முதலீடு செய்வது நல்லதா? வளரும் நிறுவனங்களில் முதலீடு செய்வது நல்லதா?

– சுந்தரவடிவேலு, சத்யமங்கலம்

ஓரளவேனும் நிச்சய வருமானத்திற்கு வளர்ந்த நிறுவனம். அதில் ரிஸ்க் குறைவு. வருங்காலத்தில் கிடைக்கக்கூடிய நல்ல வருமானதிற்கு வளரும் நிறுவனம். ரிஸ்க் கூடுதல்.

119. பங்குச்சந்தை என்றாலே பிரச்னைதானோ!

– நாகராஜ், சேலம்

உங்கள் வீட்டில் செல்லப் பிராணி, அதிலும் குறிப்பாக நன்றியுள்ள 'உயிர்' (தமிழில் சொல்லுகிறேன். அதென்ன எப்போதும் ஜீவன்!) வளர்க்கிறீர்களா? வளர்க்கிறீர்கள் என்று வைத்துக்கொள்வோம். உங்கள் வீட்டிற்கு யாராவது வந்தால் அது என்ன செய்யும்? குரைக்கும் (குரைக்கும் என்று தானே சொல்லவேண்டும்! அல்லது

அதற்கு வேறு ஏதும் வார்த்தை இருக்கிறதா? காரணம், அதனை நாய் என்றாலே சில வளர்ப்போருக்கு கோபம் வந்துவிடுகிறது- அதனால் தான் நன்றியுள்ள உயிர் என்றெல்லாம் சுற்றி வளைத்து சொல்லவேண்டியிருக்கிறது!).

சரி, அது(வர்) குரைக்கிறார். வந்தவர் என்ன செய்வார்? தயங்குவார். உள்ளே வரமாட்டார். நீங்கள் என்ன சொல்லுவீர்கள்? (நீங்கள் மட்டுமல்ல. சர்வதேசமெங்கும் இதே பதில்தான்!) "ஒண்ணும் பண்ணாது சார். சும்மா உள்ளே வாங்க" 'அவர் வருவாரா! அவர் வருவாரா!' மாட்டார். "அதை முதலில் பிடித்து கட்டுங்க" என்பார்.

இதெல்லாம் சரி, பங்குச் சந்தை பிரச்சனைக்கும் இதற்கும் என்ன தொடர்பு என்று கேட்கிறீர்களா? இருக்கிறது.

ஒரே பிராணிதான். நீங்களும் உங்கள் குழந்தைகள் உட்பட உங்கள் குடும்பத்தினர் எவரும் அதற்கு பயப்படுவதில்லை. ஆனால் புதியதாக வருபவர்கள் மட்டும் அதற்கு பயப்படுகிறார்கள். இது ஏன்?

பழக்கம் தான் காரணம். பழகியவர்களுக்கு எப்படி நட்ந்துகொள்ள வேண்டும் என்று தெரியும். பழகாதவர்களுக்கு தெரியாது. நீங்கள் எப்படி? பழக்கம் உள்ளவரா இல்லை புதியவரா? பங்குச் சந்தைக்கு கேட்கிறேன்.

பங்குச் சந்தையின் குணம் இதுதான். ஹர்சத் மேத்தா, கேத்தன் பரீக் என்ற களங்கள் கண்டவரா அல்லது நீங்கள் 2003 க்குப் பிறகு உள்ளே வந்த புதியவரா?

இரண்டு வாத்துகள் ஒன்றுக்கு ஒன்று எதிராக இருப்பது போன்ற மேசையில் வைக்கும் பொம்மை பார்த்திருக்கிறீர்களா? நடுவில் சின்ன தண்ணீர் தொட்டி கூட இருக்குமே! முதலில் இந்த வாத்து தலையை குனிந்து தண்ணீர் குடிக்கும். அடுத்து அது. அடுத்து இது. இப்படி இரண்டும் (ஒற்றுமையாக!) என்று மாறி மாறி குடிக்கும்.

இப்போது, இரண்டு வாத்துக்களையும் கவனிப்பதை விட்டுவிட்டு,

ஒன்றை மட்டும் கவனிக்கலாம். என்ன நடக்கும்? குனியும். குடிக்கும். நிமிரும். மீண்டும், கு, கு, நி. ஆனால் போகப் போக அது நிமிர்வதில் பழைய வேகம் இருக்காது. காரணம் நிறைய தண்ணீர் குடித்தாகிவிட்டது. வயிற்றில் கனம். அடுத்த முறை முழுவதும் நிமிராமலே பாதியிலேயே குனியும். அதற்கும் அடுத்த முறை நிமிர முயன்று, அடடா! தடால் என்று தண்ணீரிலேயே விழுந்துவிடும்.

இதே தான் பங்குச் சந்தையிலும் குறிபிட்ட காலத்திற்கு ஒருமுறை நடக்கும்.. உயரும். உயரும். பொருளதார வளர்ச்சி நிறுவனங்களின் லாப சாத்தியங்கள் வளருகிற வேகத்தை விட அதிகவேகமாக, உயரும். பிறகு (கனம் தாங்காமல்) தடாலென விழுந்துவிடும்.

ஏரி கொள்ளக்கூடியதைவிட அதிகமாக நீர்வரத்து இருந்தால் என்ன ஆகும்? கரை உடையும். உடைபின் காரணமாக நீர் வெளியேறும். உடைப்பு ஏற்பட்டு வெளியேறினால் எவ்வளவு தண்ணீர் வெளியேறும்? அதிகப்படியாக உள்ளே வந்த அளவு மட்டுமா? மிக அதிகமாகவே வெளியேறிவிடும்.

பங்குச் சந்தையிலும் அதுதான் நடக்கும். இப்போது வாத்து வேகமாக குனிந்து நிமிர்ந்துகொண்டிருக்கிறது.

எட்டு ஆண்டு வாழ்ந்தவனும் இல்லை, எட்டு ஆண்டு கெட்டவனும் இல்லை என்று சொல்வோமில்லையா? அதேபோலதான் இதுவும்.

120. தற்சமயம் மிகப் பிரமாதமாக வளரும் துறை என்று எதைச் சொல்லலாம்?

– மோகன் குமார், வளசரவாக்கம்.

சந்தேகம் இல்லாமல், ஆர்டிபிஷியல் இண்டெலெஜென்ஸ் துறைதான். சொல்லுவது நானல்ல, புள்ளிவிபரம்.

121. சில சமயங்களில் பங்குச்சந்தை தள்ளாடுகிறதே!

– சுமதி, மைலாப்பூர்

படம் சுவாரசியமான படமாக இருந்தாலும் நடுவில் ஒருமுறை இடைவேளை விடுவார்கள். சமயங்களில் கொஞ்சம் நீண்ட....

122. பணவீக்கம் எப்படி பங்குச் சந்தையை பாதிக்கிறது?

– தி.ராஜி, திருநெல்வேலி டவுன்

பணவீக்கம் என்பது விலைவாசி ஏற்றத்தின் அடையாளம். விலைவாசி உயர்ந்தால் மக்கள் வாங்கும் பொருட்களின் அளவு குறையும். அதனால் நிறுவனங்களின் வியாபாரம் குறையும். இது ஒரு புறம். விலைவாசி உயர்வினால், நிறுவனங்களின் செலவு அதிகரிக்கும். அதற்காக விலையை ஏற்ற முடியாது. ஆக, மத்தளம் கதைதான். இரண்டு பக்கமும் இடிவாங்கும் நிறுவனங்களின் லாபம் குறைய, அப்படி பட்ட நிறுவனங்கள் நிறைந்த பங்குச் சந்தையைக்கும் இறங்குவதை தவிர வேறு என்ன வழி?

123. பங்குச் சந்தை இறங்குவதற்கு யார் காரணம்?

– வெற்றிகொண்டான், திருப்பூர்

பங்குச் சந்தை இறங்குவதற்கு யார் காரணம் என்று உறுதியாக சொல்லமுடியாது. ஆனால், யார் காரணம்? என்று கேட்டதும் ஒரு கதை நியாபகத்திற்கு வருகிறது.

அந்த அம்மாவின் இரண்டு மகன்களும் படு போக்கிரிகள். ஒருவனுக்கு வயது ஏழு, இன்னொருவனுக்கு ஒன்பது. இருவருமாக சேர்ந்துகொண்டு அடிக்காத லூட்டி இல்லை. ஊரில் எது நடந்தாலும்

அதில் இவர்கள் பங்கு இருக்கும். இவர்களைத் தேடி வீட்டுக்கு ஆட்கள் வருவது வாடிக்கை.

அம்மாவிற்கு, தன் மகன்கள் இப்படியே இருக்கிறார்களே என்று கவலை. ஒரு முறை, அவர்கள் ஊருக்கு ஒரு சாமியார் வந்திருப்பதாக கேள்விப்பட்டு, அவரை போய்ப் பார்த்து, மகன்களைப் பற்றி சொல்லி, அவர் உதவ வேண்டும் என்று கேட்டுக்கொண்டார். "தனித் தனியாக வரச்சொல்லுங்கள். நான் புத்திமதி சொல்லுகிறேன்" என்றார் சாமியார்.

சின்னவனை மட்டும் முதலில் அனுப்பினார் அம்மா. சாமியார் அவனை உட்காரச் சொன்னார். குட்டிப் பயல். டிரவுசரை இறுக்கிக் கட்டிக்கொண்டு நல்ல பிள்ளைபோல முகத்தினை வைத்துக்கொண்டு உட்கார்ந்தான். கையையும் கட்டிக்கொண்டான்.

சாமியார் ஆஜானுபாகுவாக இருப்பார். குரலும் கரகரப்பாக இருக்கும். அவரைப் பார்த்ததுமே அவனுக்கு பயத்தில் வாய் உலர்ந்துவிட்டது. அவனை நேருக்கு நேர் பார்த்து அவர் கேட்டார், "கடவுள் எங்கே இருக்கிறார் என்று உனக்குத் தெரியுமா தம்பி?"

அவன் பதில் ஏதும் சொல்லவில்லை. அவன் முகத்து அருகில் குனிந்து மீண்டும் கேட்டார், "கேட்கிறேனில்லையா? வாயைத் திறந்து பதில் சொல், கடவுள் எங்கேயிருக்கிறார்?" சிறுவனின் பயம் அதிகமாகியது. உதடுகள் ஒன்றோடு ஒன்று ஒட்டிக்கொண்டுவிட்டன. அவன் தொடர்ந்து பதில் சொல்லாமலே இருப்பது கண்டு, சாமியார் குரலை மேலும் உயர்த்தினார். சுட்டு விரலை அவன் முகத்துக்கு எதிராக ஆட்டியபடி, "உனக்கு தெரியுமா தெரியாதா சொல்லு... டா... கடவுள் எங்கே..."

அவர் கேட்டு வாயைமூடவில்லை. அவன் எழுந்து, மூடியிருந்த அறைக்கதவை படாரென்று தள்ளி விட்டுவிட்டு, தலை தெரிக்க வெளியே ஓடினான். ஒரே ஓட்டமாக அவனுடைய வீட்டிற்குள் ஓடி, கக்கூஸுக்குள் போய் கதவைச் சாத்திக்கொண்டுவிட்டான்.

வீட்டில் இருந்த அவன் அண்ணனுக்கு ஏதும் புரியவில்லை. கக்கூஸ்

கதவை உதைத்துத் தள்ளி உள்ளே போனவன், மூலையில் உட்கார்ந்து மூச்சிரைத்து கொண்டிருந்த தம்பியைக் கேட்டான், “என்னடா, என்ன ஆச்சு?” தம்பி சொன்னான்...

(அவன் சொன்ன அந்த பதில்... படிக்கும் நேரம் எதையாவது சாப்பிட்டுக்கொண்டிருக்க வேண்டாம் என்று மட்டும் எச்சரிக்கிறேன்) “பிரச்னை கொஞ்சம் பெரிசு மாதிரித்தாண்டா தெரியுது. கடவுளைக் காணோம் போல. நம்ம மேல தான் சந்தேகப்படுறாங்க.”

124. பங்குச் சந்தையில் (ஸ்பெக்குலேட்) ஊக பேரம் செய்து நல்ல லாபம் சம்பாரிக்க சரியான நேரம் எது?

– சிவக்குமார், மதுரை

பெருத்த லாபம் பார்க்க, ஊகத்தின் அடைப்படையில் பங்குகளை வாங்கி விற்கும் முறையைப் பற்றித்தானே கேட்கிறீர்கள். ஜூலை மாதம் ஊகபேரம் செய்வது ஆபத்தானது. தவிர, மார்ச், மே மற்றும் ஜூனிலும் ஊகபேரம் செய்யக்கூடாது. உடன் பிப்ரவரி, செப்டெம்பர், டிசம்பர் மற்றும் ஜனவரி மாதங்களிலும் அப்படிப்பட்ட வர்த்தகத்தினை தவிர்ப்பதுதான் நல்லது. ஏப்ரல் ஆகஸ்ட் அக்டோபர் மற்றும் நவம்பர் மாதங்களையும் அதே பட்டியலில் சேர்த்துக்கொள்ளத்தான் வேண்டும். மற்றபடி பரவாயில்லை!

சொல்வது நானில்லை. மார்க் ட்வெயின்.

125. புளுசிப் பங்குகள் என்கிறார்களே! அது குறித்து கொஞ்சம் விளக்குங்களேன்?

– ஏ.ஆர்.குமார், சென்னை

வங்கி டெபாசிட் என்பது எல்லா வங்கியிலும் கிட்டத்தட்ட ஒன்றுதான். அதனால்தான் பலரும் அதைப் பற்றி பெரிதாகப் பேசி அலட்டிக் கொள்வதில்லை. தங்கமும் அப்படித்தான். ஆனால், பங்குச் சந்தை அப்படிப்பட்டதல்ல. அதற்குள் ஏகப்பட்ட விவரங்கள் உண்டு.

அவற்றில் தெளிந்து, தேர்ந்து வாங்கி, லாபம் பார்க்க நிச்சயம் உதவி தேவைப்படுகிறது.

பங்குகள் என்பது மிக வித்தியாசமான முதலீடு. கிட்டத்தட்ட பங்குச் சந்தை முதலீடு என்பது மராத்தன் ஓட்டப்பந்தயம் போல. நூற்றுக்கணக்கானவர்கள் ஓடுவார்கள். சிலர் மட்டுமே சரியாக முடிப்பார்கள். ஃபுல் மராத்தன் என்பது 41.950 கி.மீ தூரம். ஆர்வம், ஆசை, ஆரம்பிப்பது மட்டும் போதாது. தொடர்ந்து ஓட, ஓடி முடிக்க, 'சக்தி' வேண்டும். 'சக்தி' என்பது தெம்பு தவிர, முக்கியமாக நிதானம். அது ரொம்ப அவசியம். பங்குகள் முதலீட்டில் சில நிமிடங்களில் சம்பாதிக்கலாம் என்பது போலவே, சில நிமிடங்களிலேயே பெரும் பணம் காணாமல் போய்விடும்.

பாரீஸ் கார்னரில் வேறு ஒரு வியாபாரம் செய்துகொண்டிருக்கும் அவருக்கு வயது சுமார் 55 இருக்கலாம். அவர் டிமேட் கணக்கு மட்டும்தான் வைத்திருக்கிறார். டிரேடிங் அக்கவுண்ட்டை அவர் எப்போதுமே வைத்திருந்ததில்லை. அவர் டிமேட்டில் இருப்பதெல்லாம், எப்போதோ வாங்கிய பங்குகள். அவற்றில் பலவும் குட்டிகள் போட்டு, இப்போது பெருங்கூட்டமாய் அவருடன் இருக்கின்றன. ஆண்டுக்கு பலமுறை அவர் மீது டிவிடெண்ட் மழைபொழிகின்றன.

100 என்ற அளவில் வாங்கிய அந்தப் பங்குகளில் சில, போனஸ் பங்குகள் பல பெற்றும், 'ஸ்டாக் ஸ்பிளிட்' என்று 10 ரூபாய் முகமதிப்புள்ள பங்குகள், 5 ரூபாய், 2 ரூபாய் மற்றும் 1 ரூபாய் முகமதிப்புள்ள பங்குகளாக மாறி, எண்ணிக்கை பெருகி, பெரும் குடும்பமாக அவர் கணக்கில் குடியிருக்கின்றன. அவர் அந்தப் பங்குகளை காலி செய்யச் சொல்வதில்லை.

அவர் வைத்திருப்பவை ஹெச்.டி.எஃப்.சி, ஹெச்.டி.எஃப்.சி பேங்க், டி.சி.எஸ் மற்றும் பிடிலைட் என்கிற மாதிரி பார்த்துப் பார்த்து வாங்கியவை. 2008-ம் ஆண்டு அக்டோபர் மாதம் இந்திய பங்குச் சந்தைகள் பெரிய அளவில் வீழ்ச்சி கண்டபோதும் அவர், அந்தப் பங்குகளில் ஒன்றைக்கூட விற்கவில்லை. ஏன் விலை ஏறுகிறது,

ஏன் இறங்குகிறது, விலை மேலும் இறங்குமா அல்லது மேலும் உயருமா என்றெல்லாம் அவர் யூகிப்பதில்லை; வேறு எவரிடமும் அது பற்றிக் கேட்பதும் இல்லை. காரணம், இவர் வைத்திருக்கும் பங்குகள் அனைத்தும் 'ப்ளூ சிப்' வகையைச் சேர்ந்தவை. அதென்ன 'ப்ளூ சிப்' என்று கேட்கிறீர்களா?

'ப்ளூ சிப்' என்றால் மிக நல்ல நிறுவனப் பங்குகள் என்று அர்த்தம். மேற்சொன்ன பங்குகள் இந்த வகை பங்குகள்தான். இவை போல, வேறு சில 'ப்ளூ சிப்' நிறுவனப் பங்குகள் உண்டு. முன்பெல்லாம் பாண்ட்ஸ், புருக்பாண்ட் போன்ற 'ப்ளூ சிப்' பங்குகள் இருந்தன. அவை பின்னர் வேறு சில நிறுவனங்களுடன் இணைக்கப்பட்டுவிட்டன. ஏசியன் பெயிண்ட்ஸ், பாஷ், எம்.ஆர். எஃப். பஜாஜ் ஆட்டோ, ஹீரோ ஹோண்டா, நெஸ்லே, கால்கேட் போன்றவை தற்போது 'ப்ளூ சிப்' களாகப் பார்க்கப்படுகின்றன.

நல்ல நிர்வாகம், நல்ல தொழில், நல்ல லாபம் போன்ற லட்சணங்கள் பொருந்திய நிறுவனங்கள் இவை என்பது தவிர, இவற்றின் வியாபாரமும் வருமானமும் பல ஆண்டுகளாகத் தொடர்ந்து நன்றாகவே இருக்கும். மேலும், இந்த நிறுவனப் பங்குகளின் டிஸ்டிரிபூஷன் தொடர்ந்து நன்றாகவே இருக்கும். டிஸ்டிரிபூஷன் என்றால் அவை தரும் போனஸ் மற்றும் டிவிடெண்ட் வருமானங்கள்.

இந்த விவரங்கள் எல்லாம் தெரியும் என்பதால், இவற்றின் விலைகள் சற்று அதிகமாகவே இருக்கும். எப்போது வாங்கப் பார்த்தாலும் அவை 'ஃபுல்லி பிரைஸ்டு' (Fully priced) ஆகவே இருக்கும். அதாவது, என்ன விலை கொடுக்கலாமோ, அந்த விலைக்கு ஏற்கேனவே எட்டியிருக்கும். அந்த விலையில் வாங்கினால், உடனடியாக விலை நமக்குக் லாபம் கிடைத்துவிடாது. அதனால் பெரும்பாலோனோர், அதிலும் குறிப்பாக சந்தையை, சந்தை முதலீட்டைச் சரியாகப் புரிந்துகொள்ளாதவர்கள், புதிதாக உள்ளே வருகிறவர்கள், டிரேடர்கள் அவற்றை வாங்க மாட்டார்கள்.

'ப்ளூ சிப்' பங்குகளில் முதலீடு செய்வதில் இரண்டு வசதிகள் இருக்கின்றன. முதலாவது, இவற்றைத் தேடிக் கண்டுபிடிப்பது

சிரமமானதல்ல. இரண்டாவது, இவற்றை வாங்க இதுதான் சரியான சமயம் என்று நேரம்காலம் பார்க்கத் தேவையில்லை. சொல்லப்போனால், பங்குகள், பங்குச் சந்தைகளின் போக்குகள் பற்றி அதிகம் தெரியாதவர்கள் முதலீடு செய்யப் பாதுகாப்பானவை, இந்த வகைப் பங்குகள்தான்.

அவ்வப்போது புயல் எச்சரிக்கை வருவதுபோல, பொருளாதாரத்திலும் பல புயல்கள் உருவாகும். பலத்த காற்று வீசும். மழை கொட்டித் தீர்க்கும். ஹர்ஷத் மேத்தா ஊழல், 'டாட் காம் பஸ்ட்', 'சப்பிரைம்' பிரச்னை என்று சில ஆண்டுகளுக்கு ஒருமுறை, காற்றழுத்தத் தாழ்வு நிலை உருவாகியே தீரும். ஆனால், எப்போது என்பது முன்கூட்டி அறிந்துகொள்ள முடியாது. நான்கு நாள் மழையில் சிறிய, நடுத்தர செடிகொடிகள், வீட்டுப் பிராணிகள் சிரமத்துக்கு உள்ளாகி காணாமல் போய்விடுகின்றனவோ, அப்படி பொருளாதார சுனாமியின்போது, பல சிறிய நடுத்தர அளவு நிறுவனங்கள் காணாமல் போய்விடும். மரங்கள், பசுக்கள், காளைகளைப் போல பெரிய நிறுவனங்களும் சிரமத்துக்குள்ளாகும். ஆனால், அவற்றைப் போலவே, மழை நின்றபின் அவற்றால் முன்போல வாழ ஆரம்பிக்க முடியும்.

'ப்ளூசிப்' பங்குகள் விலை அதிகமாக இருக்கும் என்கிறீர்களே, 50, 100 பங்குகளை எங்களால் வாங்க முடியாதே என்று கவலைப்படாதீர்கள். உங்களிடம் இருக்கும் பணத்தைக்கொண்டு சில பங்குகளை வாங்கினாலே, பல பங்குகள்மூலம் கிடைக்கும் லாபம் ப்ளூசிப் பங்குகள்மூலம் கிடைக்க வாய்ப்புண்டு. அல்லது எஸ்.ஐ.பி முறையில் தொடர்ந்து சிறிய அளவுகளில் 'ப்ளூ சிப்' நிறுவனப் பங்குகளை வாங்குவது, ஒரு பாதுகாப்பான வழி.

1.10 2007-ம் ஆண்டு டி.சி.எஸ் பங்கு விலை 1,038 ரூபாய். 17.10.2008ல் 454 ரூபாய். 18.05.2009-ல் 731 ரூபாய். 16.6.2009ல் 389 ரூபாய். 4.1.2010-ல் 751 ரூபாய். 3.1.2011-ல் 1159 ரூபாய். 1.1.2013ல் 1263 ரூபாய். இன்று (22.11.19) அன்று 2117 ரூபாய். 23.10.23 அன்று 3400 ரூபாய்.

இப்படி ஒவ்வொரு பங்கு பற்றியும் சொல்லிக்கொண்டே போகலாம்.

ஆம். நல்ல நிறுவனப்பங்குகள் என்றால் விலை விழாது என்று அர்த்தமல்ல. சந்தை இறக்கங்களின்போது இவற்றின் விலைகளும் விழும். ஆனால், சூழ்நிலை சரியானவுடன் எழ, அந்த நிறுவனங்களிடம் தெம்பு இருக்கும். சிக்கல் காலம் முழுவதும் தாக்குப் பிடிக்கக் கூடிய சக்தி இருக்கும். அதனால் நிச்சயம் எழுந்துவிடும். அதனால்தான் 'Go with the leaders' என்பார்கள்.

நல்ல 'ப்ளூசிப்' பங்குகளை சிறிய அளவுகளில் தொடர்ந்து வாங்கிப் பயன்பெற நீங்களும் முயற்சி செய்யுங்கள்.

வாழ்க்கையில் முன்னேற ஏதாவது செய்யலாம் என்றுதான் எனக்கும் தோன்றுகிறது. ஆனால் தவறாகிவிடுமோ என்கிற பயம் எதையும் செய்யவிடாமல் தடுக்கிறது. என்ன செய்ய?

– மாணிக்கம், கரூர்.

ஒரு மாபெரும் வெற்றியாளரிடம் கேட்டார்கள்,

"உங்கள் இமாலய வெற்றியின் ரகசியம் என்ன?"

அவர் சொன்னார், "நான் எடுக்கும் சரியான முடிவுகள்தான் என் வெற்றி ரகசியம்."

"ஓகோ! அதுதான் ரகசியமா? அதுசரி, அதெப்படி நீங்கள் மட்டும் எப்போதும் சரியான முடிவுகளையே எடுக்கிறீர்கள்?"

"அதைக் கேட்கிறீர்களா? அதற்கு என்னுடைய சில அனுபவங்கள்தான் காரணம்."

"அனுபவங்களா? அந்த அனுபவங்களை எப்படிப் பெற்றீர்கள்?"

"சில தவறான முடிவுகள் எடுத்ததன் மூலமாகத்தான்."

வெற்றி பெற்றவர்கள் எல்லாம் தோற்காதவர்கள் இல்லை. தோல்விகளில் இருந்து கற்றுக்கொண்டவர்கள். Fear of Failure தான் பெரிய பிரச்சனை. தவறாவிட்டால் வெற்றி. தவறினால் அது பாடம். அவ்வளவுதான். தைரியமாக இறங்குங்கள், மாணிக்கம்.

12. பொருளாதாரம்

126. பி எல் ஐ ஸ்கீம் என்றால் என்ன? - அசோகன் , பெங்களூரு

ப்ரொடக்டிவிட்டி லிங்க்டு இன்செண்டிவ் என்பதன் சுருக்கம்தான் பி எல் ஐ. மேக் இன் இந்தியா திட்டம் வெற்றி பெற அதன் நோக்கங்கள் நிறைவேறக் கொண்டுவரப்பட்டது தான் பி எல் ஐ.

நிறுவனங்கள் ஏற்கனவே செய்து கொண்டிருக்கிற உற்பத்தியை விட கூடுதலாக செய்தால் அவர்கள் கூடுதலாக அந்த உற்பத்தி செய்வதற்கு ஆகிற பணத்தில் சில சதவீதத்தை அரசு மானியமாக கொடுக்கும்.

இப்படியாக 2020 ஏப்ரலில் மொபைல் போன், லேப்டாப், கம்ப்யூட்டர் சிப்புகள் போன்றவற்றுக்கு கொண்டுவந்த இந்த திட்டத்தை, பிறகு மெல்ல மெல்ல விரிவுபடுத்தி 2023 நவம்பர் வாக்கில் 14 வகையான உற்பத்தி பொருட்களுக்கு இந்த திட்டம் நடைமுறைப்படுத்தப்படுகிறது.

'மேக் இன் இந்தியா' என்கிற திட்டத்திற்கு உதவுகிற ஒரு உப திட்டம் இது.

127. தமிழ்நாடு அரசு வாங்கி இருக்கிற மொத்த கடன் அளவு எவ்வளவு?

–எஸ்.கே., பெரம்பூர்

தமிழ்நாடு அரசுக்கு மார்ச் 2023 வரையில் 7 லட்சத்து 53 ஆயிரத்து 860 கோடி ரூபாய் கடன் உள்ளது.தமிழ்நாடுதான் முதலிடத்தில். இரண்டாவது இடத்தில் உத்தர பிரதேசம். அதன் கடன் தொகை, 7.1 லட்சம் கோடி. மகாராஷ்ட்ரா 6.8 லட்சம் கோடி ரூபாய் கடனுடன் மூன்றாம் இடத்தில் இருந்தது.

128. தமிழக அரசின் கடன் என்பது ஆபத்தான நிலையைத் தொட்டுவிட்டதா?

–சின்னதுரை, தென்காசி

இப்போதைக்கு இல்லை என்று சொல்லலாம். காரணம் ஒரு மாநிலம் எவ்வளவு கடன் வாங்கலாம் என்பது, அந்த மாநிலத்தின் மொத்த உள்நாட்டு உற்பத்தி அளவில் என்ன சதவீதம் இருக்கலாம் என்பதை பொறுத்தது. ஒவ்வொரு மாநிலமும் அதனுடைய மொத்த ஜிடிபி இந்நாட்டு உற்பத்தி மதிப்பில் 29 சதவீதம் வரை இருக்கலாம் என்பது இந்தியாவில் இருக்கிற ஒரு அளவு.

அதற்கு முந்தைய ஆண்டில் 32 சதவீதம் வரை போன தமிழ் நாட்டினுடைய ஜிடிபிக்கு இடுப்பில் கடன் அளவு என்கிற விகிதம் 2023 மார்ச் வரையிலான காலகட்டத்தில் 25.63 சதவீதமாக குறைந்தது. காரணம் உள்நாட்டு உற்பத்தி மதிப்பு தமிழகத்தில் 22-23ல் அதிகம்.

இங்கே ஒன்றை கவனிக்க வேண்டும் ஒரு மாநிலத்தினுடைய ஒட்டுமொத்த ஜிடிபி அளவு என்பது மொத்தமும் அரசனுடைய கடனை தாங்கக்கூடிய சக்தி ஆகிவிடாது. வருமானத்தை பார்க்க

வேண்டும். ஆனாலும் கூட ஏனோ அதையே ஒரு அளவாக வைத்திருக்கிறார்கள்.

129. உதய் மின் திட்டம் என்றால் என்ன? அதற்கு முன்பு எதிர்ப்பு கிளம்பியதே!

– செல்வகுமார், பெரம்பூர்

உஜ்வல் டிஸ்காம் அஷ்யூரன்ஸ் என்ற திட்டத்தின் உடைய சுருக்கமான பேர் தான் உதய்.

ஒவ்வொரு மாநிலமும் அதன் மக்களுக்கு மின்சாரம் வழங்க வேண்டும். அதற்காக அமைப்புகள் இருக்கின்றன. அப்படிப்பட்ட தமிழகத்தினுடைய அமைப்புதான் டி என் இ பி, தமிழ்நாடு எலக்ட்ரிசிட்டி போர்ட்.

இது அரசனுடைய ஒரு நிறுவனமே தவிர அரசு அல்ல. பலருக்கும் இலவசமாக மின்சாரம் கொடுக்க மற்றும் குறைந்த விலையில் மின்சாரம் கொடுக்க அரசு முன்வரும் தேவைகளுக்கு கொடுத்தது போக பின்னால் வாக்கு வங்கி அரசியலுக்கும் மின் கழகங்கள் பலிகடா ஆக்கப்பட்டன. தாங்க கூடியதைவிட மிக அதிக அளவில் இலவச மின்சாரம் மற்றும் மின்சாரத் திருட்டுகள் மின்கழகங்களை வெறும் நட்டத்திற்கு உள்ளாக்கி அந்த நட்டங்களை சமாளிக்க அவை தொடர்ந்து கடன் வாங்கி அந்த கடன்களால் அவை மூழ்கும் நிலைக்குப் போய்விட்டன. தமிழ்நாட்டில் மட்டுமல்ல இந்தியாவில் பல மாநிலங்களின் நிலைமை அதுதான் என்று இருந்தது.உதய் திட்டம் வருவதற்கு முன் பலவேறு மின் கழகங்களின் மொத்த கடன் தொகை 4 லட்சம் கோடியாக இருந்தது.

இதே நிலைமையை அனுமதித்தால் வாக்குகளை எதிர்பார்த்து இருக்கும் அரசுகளால் இதற்கு எதிரான முடிவுகளை எடுக்க முடியாமல் போகும், அது மின் கழகங்களை பாதித்து பின்னால் மின் உற்பத்தி மற்றும் விநியோகத்தையும் பாதித்துவிடும். எனவே,

இந்த பூனைக்கு யாராவது மணிக்கட்டியாக வேண்டும்.

2015 ஆம் ஆண்டு மத்திய அரசு இதற்காக கொண்டு வந்து ஒரு திட்டம்தான் உதய் திட்டம்.

இந்தத் திட்டத்தின் கீழ் எந்த மாநில அரசுகள் வேண்டுமானாலும் சேர்ந்து கொள்ளலாம். தமிழகம் சேர மறுத்துவிட்டது. பல்வேறு மாநிலங்கள் சேர்ந்து கொண்டன. சேர்ந்து கொள்ளும் மாநிலங்கள் அந்த மாநில மின் கழகம் வைத்திருக்கும் கடன் தொகையில் 75% பணத்தை கட்டிவிட்டுதான் சேர முடியும். அந்த பணத்தை அந்த மாநில அரசு கொடுக்க வேண்டியது இருக்கும். இதற்காகத்தான் தமிழக அரசு சேரவில்லை.

ஆனால் பிறகு அந்த திட்டத்தில் சேர்ந்த 21வது மாநிலமாக, 2017ஆம் ஆண்டு தமிழகமும் சேர்ந்து கொண்டுள்ளது. அதற்காக கழகத்தின் மொத்த கடன் தொகையில் 75 சதவீதமான சுமார் 30 ஆயிரம் கோடி ரூபாய் தமிழக அரசு ஏற்றுக்கொண்டது. அவ்வளவு பெரிய தொகை அரசு மூலம் அந்த நிறுவனத்திற்கு போனதால் அந்த நிறுவனத்தினுடைய நம்பகத்தன்மை அதிகரித்திருக்கிறது. இதுதான் உதய் திட்டத்தின் நோக்கம்.

மாநில அரசுகள் இந்தத்திட்டத்தில் சேர மத்திய அரசு கூடுதல் நிலக்கரி ஓதுக்கீடு, மத்திய மின் தொகுப்பிலிருந்து குறைந்த விலையில் மின்சாரம் போன்ற சில சலுகைகள். தவிர பல்வேறு திட்டங்களின்கீழ் ஊக்கத்தொகைகள் கொடுக்கிறது.

இலவசங்கள் கொடுக்கலாம், குறைந்த விலையிலும் கொடுக்கலாம். ஆனால், அதற்கான விலையை அரசு ஏற்காமல், அதை அதற்குரிய நிறுவனங்களை ஏற்கவைத்தால், அந்த நிறுவனங்கள் மூழ்கி விடும் அபாயம் இருக்கிறது. அதை தவிர்க்கும் நோக்கத்தில் உருவாக்கப்பட்ட உதய் எதிர்காலத்தை உறுதி செய்ய ஒரு நல்ல திட்டம்.

130. ஜிஎஸ்டி என்பது ஒரு வரி தான் என்று சொல்கிறார்கள் ஆனால் அதற்கு எதற்கு மூன்று பெயர்கள்?

– ஷ்யாம், நெல்லூர்

கேள்வி கேட்ட உங்களுக்கு தெரிந்திருக்கிறது ஆனால் இந்த பதிலை படிக்கும் சிலருக்கு மூன்று இருப்பது கூட தெரியாமல் இருக்கலாம்.

ஜிஎஸ்டி என்பது ஒரு நாடு ஒரே வரி என்பது சரியானால் அந்த ஜிஎஸ்டிக்குள் மாநில அரசுக்கு வருவாய் தரும் ஸ்டேட் ஜிஎஸ்டி(SGST), மத்திய அரசுக்கு வருவாய் தரும் சென்ட்ரல் ஜிஎஸ்டி (CGST) மற்றும் இரண்டு அரசுகளும் குறித்து எடுத்துக் கொள்ள வேண்டிய இன்ட்ரஸ்டேட் ஜிஎஸ்டி (IGST) என மூன்று விதமானவை இருக்கின்றன. போதாதற்கு யூனியன் பிரதேசங்களுக்கான UTGST யும் உண்டு. அதுதனி அல்ல. மாநிலங்களுக்கு பதில் பாண்டிச்சேரி போன்றவற்றுக்காக யூனியன் டெரிட்டரி ஜிஎஸ்டி.

உற்பத்தி விற்பனையாகவோ ஒரு மாநிலத்துக்கு உள்ளாகவோ நடந்தால் அங்கே வசூலிக்கப்படும் ஜிஎஸ்டி தொகை சரிபாதியாக மாநிலமும் மத்திய அரசும் எடுத்துக்கொள்ளும். ஒரு மாநிலத்தில் உற்பத்தி ஆகி வேறு ஒரு மாநிலத்தில் விற்பனையானால் அல்லது வேறு ஒரு மாநிலத்தில் விற்பது மற்றொரு மாநிலத்தில் மேல் விற்பனையானால் அதுபோன்ற இரு மாநிலங்கள் இடையே நடக்கிற வர்த்தகங்களுக்கு இன்ட்ரஸ்டேட் ஜிஎஸ்டி விதிக்கப்பட்ட இரு மாநிலங்கள் மற்றும் மத்திய அரசுக்கு இடையே பிரித்து வழங்கப்படும்.

ஒரு பொருளுக்கு 12 சதவீத ஜிஎஸ்டி என்றால் அதில் ஆறு சதவீதம் அந்த மாநிலத்திற்கு, ஆறு சதவீதம் மத்திய அரசுக்கு என சரி பாதியாக பிரிக்கப்படுகிறது.

131. மேக் இன் இந்தியா எதற்காக?

– ஸ்ரவன், மைலாப்பூர்

வெளிநாட்டு பொருட்களை நாம் இறக்குமதி செய்து பயன்படுத்துகிற போது அதை உற்பத்தி செய்கிற நாடுகளில் வியாபாரமும் வேலைவாய்ப்பும் பொருளாதரமும் செழிக்கிறது. நம் நாட்டில் நாம் இதை உழைத்து சம்பாதித்த பணத்தை டாலராக மாற்றி அவர்களுக்கு அனுப்ப வேண்டி இருக்கிறது.

நம் நாட்டில் இல்லாத வளங்கள் இல்லை மனித வளம் உட்பட. வெள்ளைக்காரர்கள் வெளியேறிய போது ஒரு குண்டு ஊசி கூட செய்ய இயலாதவர்களாக இருந்த நாம், எவ்வளவு கல்விக்கூடங்கள் எவ்வளவு கல்வி அறிவு, எத்தனை பொறியாளர்கள் என்று மிகப்பெரிய வளர்ந்த நாடாக மாறிக் கொண்டிருக்கிறோம்.

நமக்கு வேண்டியவற்றை நாமே தயாரித்துக் கொண்டால் நம்மவர்களுக்கே வேலை வாய்ப்பு கிடைக்கும். நம் முன்னோர் பொருள்களுக்கு வியாபார வாய்ப்பு கிடைக்கும். இவை எல்லாம் சேர்ந்து நம்முடைய வியாபார வளர்ச்சியை பெருக்கும்.

எனவேதான் இந்தியாவிலேயே உற்பத்தி செய்வோம் என்கிற முழக்கம். மேக் இன் இந்தியா. இந்தியாவிற்காக மட்டுமல்ல உலகத்திற்காகவும். மேக் இன் இந்தியா, பார் த வேர்ல்ட்.

132. இந்தியா கடன் வாங்கியிருக்கிறது என்கிறார்களே? அது எவ்வளவு?

– சுமதி, கோயம்பத்தூர்.

2023 மார்ச் நிலவரப்படி மொத்தம் ஒரு கோடியே 47 லட்சத்து 77 ஆயிரத்து 724 கோடி ரூபாய் உள்நாட்டுக்கடன்.

4 லட்சத்து 83 ஆயிரத்து 397 கோடி ரூபாய் வெளிநாட்டுக்கடன்.

இந்த கடன்களின் மொத்த தொகை என்பது இந்தியாவின் உள்நாட்டு உற்பத்தி மதிப்பில் கிட்டத்தட்ட 57 சதவிகிதம்.

133. நம் நாட்டில் பொருளாதார வளர்ச்சி எப்படி இருக்கிறது?

– மணிமேகலை, தியாகராயநகர்.

சிலரைப் பற்றி இப்படி சொல்லுவார்கள்.

"எனக்கு நீங்கள் எவ்வளவு ரூபாய் தரவேண்டும்?" என்று அவர்களிடம் கேட்டால், 4 என்று சொல்வார்களாம். வாய் அப்படி சொல்லுகிற அதே சமயம், அவர்கள் விரல்களோ 3 என்று காட்டுமாம். சொன்னதுடன் அவர்கள் தரவேண்டிய தொகையை கரும்பலகையில் எழுதவும் செய்வார்களாம். என்ன எழுதுகிறார்கள் என்று பார்த்தால் அது, 2 என்று இருக்குமாம். போகட்டும், இரண்டாவது சொன்னார்களே என்று நினைக்கும் போதே, அதை அழித்துவிட்டு, ஒன்று என்று மாற்றி எழுதுவார்களாம். கடைசிக்கு ஒன்றாவது தேறும் பெருமூச்சுவிட்டுவிட்டு திரும்பினால், எழுதிய ஒன்று என்பதையும் அழித்துவிட்டிருப்பார்களாம்.

நம் தேசம் இந்த ஆண்டு எத்தனை சதவிகித வளர்ச்சி காணும் என்று கேட்டால், தொடர்ந்து மாறிவருகிற நிலைமை இப்படித்தான் பதில் சொல்ல வைக்கிறது.

ஆண்டு தொடக்கத்தில் 9 சதவிகித வளர்ச்சி சாத்தியம் போல இருந்தது. உலக அளவில் நடந்த பொருளாதார பிரச்சனையின் தீவிரம் அதிகரிக்க அதிகரிக்க, அது, எட்டரை ஆகி, பின் எட்டாகி, ஏழரையும் ஆனது. சமீபத்தில் மாண்டேக் சிங் அலுவாலியா சொல்லுகிறார், 7 % என்று.

இது 2011ல் முதல் வெளியீட்டில் எழுதிய பதில். இப்போது 2023ல் இதே கேள்விக்கு பதில் சொல்வதென்றால், இப்போது உலகிலேயே மிக வேகமாக பொருளாதார வளர்ச்சி காணும் தேசமாக இந்தியா இருக்கிறது. இந்தியா ஸ்வீட் ஸ்பாட்டாகவே இருக்கிறது.

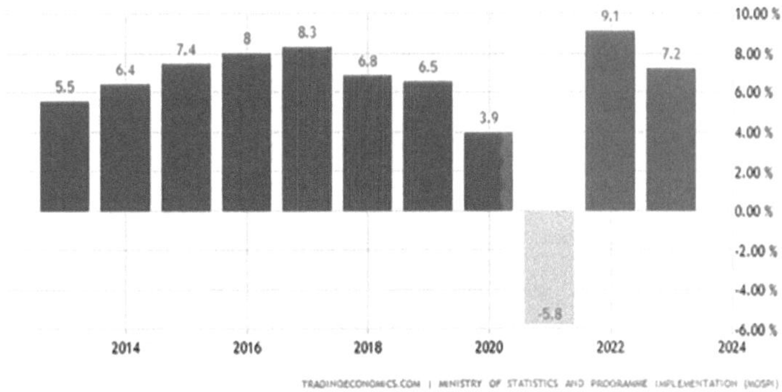

134. கொரோனா காலகட்டத்தில் மத்திய அரசு என்ன உதவிகள் செய்தது?

– சங்கர், ஆழ்வார்பேட்டை

இதற்கு பதிலாக நான் (ஆனந்த) விகடன்.டாட் காமில் எழுதிய கட்டுரையை கொடுக்கிறேன்.

பொருளாதார அடியும்-இந்திய மருந்தும்

- டாக்டர் சோம. வள்ளியப்பன்

ஒரு புயல் அடித்துவிட்டுபோனால் ஊர் எப்படி இருக்கும்? வீடுகள், வயல்வெளிகள், தோட்டங்கள், கடைகள், சாலைகள் மரங்கள் லைட்டு கம்பங்கள் எல்லாம் என்ன ஆகியிருக்கும்? அப்படிப்பட்ட ஒரு கோரமான பொருளாதார புயல்தான் கொரானா. ஒன்றிரண்டு ஊர்களில் அல்ல. நாடு மொத்தமும். தவிர உலகில் பல்வேறு நாடுகளிலும்; சில மணிநேரங்களோ அல்லது சில நாட்களோ அல்ல. பல வாரங்களாக சுழன்று சுழன்று அடித்துக்கொண்டிருக்கும் பொருளாதார புயல் குறைந்திருக்கிறதே தவிர, இன்னமும் ஓய்ந்தபாடில்லை.

ஒவ்வொரு நாடும் அதன் அதன் தேவை மற்றும் சக்திக்கு ஏற்ப உதவித் தொகைகள், மீட்பு நடவடிக்கைகள் எடுத்திருக்கின்றன. அமெரிக்கா, கனடா, சிங்கப்பூர், ஜப்பான், இங்கிலாந்து என பல வளர்ந்த நாடுகள், தனியார் ஊழியர்களுக்கும், குடிமகன்கள் அனைவருக்கும் என கணிசமான ரொக்கத் தொகைகள் கொடுத்திருக்கின்றன. தொழில் வியாபாரங்களை மீட்டு எடுக்க வேறு பல கடன் மற்றும் உதவித்தொகைகளையும் அறிவித்திருக்கின்றன.

அமெரிக்கா, ஈரான், இத்தாலி, பிரான்ஸ், இங்கிலாந்து போன்ற நாடுகளுடன் ஒப்பிடுகையில் இந்தியாவில் தொற்று மற்றும் பலியானோர் எண்ணிக்கைகள் ஒப்பீட்டு அளவில் குறைவு என்றாலும், நம் நாட்டில் அவற்றைத் தடுக்க செய்த ஊரடங்கு கொடுத்திருக்கும் பாதிப்புகள் அந்த நாடுகளைக் காட்டிலும் கூடுதல். எனவே மிக அதிகமான மற்றும் நேரடி உதவிகள் தேவை.

மத்திய அரசும் மாநில அரசுகளும் விரைந்து செயல்பட்டு நோய் பரவுதலையும் அதன் பாதிப்புகளையும் தடுக்க ஊரடங்கு உள்பட பல கட்டுப்பாடுகளை விதித்தன. நோய் பரவுதல் கட்டுக்குள் வந்துவிட்டது போலத்தான் தெரிகிறது. ஆனால், கட்டுப்பாடுகளால் ஏற்பட்டிருக்கும் பொருளதார பாதிப்புகள் வளர்ந்து கொண்டே இருக்கின்றன.

ரேஷன் அட்டைகள் வைத்திருப்போருக்கெல்லாம் அரிசி, பருப்பு, எண்ணை மற்றும் பல்வேறு அமைப்புசாரா பணியாளர்களுக்கு உதவித்தொகைகள், கட்டணங்கள் கட்ட காலக்கெடு தள்ளி வைப்பு என தமிழ்நாடு அரசு, அது செய்யக்கூடியவற்றை செய்திருக்கிறது. தொடர்ந்து கோரிக்கைகளுக்கு செவி சாய்த்து செய்ய முயற்சி எடுக்கிறது.

பொருளாதாரம் தொடர்பானவற்றில் மத்திய அரசின் பொறுப்பு அதிகம். மத்திய அரசும் விரைவாக செயல்பட்டு, மூன்று மாதங்களுக்கு கூடுதலாக உணவு பொருட்கள் வழங்குதல், வறுமைக்கோட்டிற்கு கீழ் இருக்கும் சில கோடி குடும்பங்களுக்கு மூன்று சமையல் கேஸ்

உருளைகள், விவசாயிகள், ஓய்வு ஊதியக்காரர்கள் விதவைகளுக்கும் 1000 ரூபாய், ஜன்தன் கணக்கு வைத்திருப்போருக்கு 500 ரூபாய் உதவித் தொகைகள் என கொடுத்திருக்கிறது.

குறிப்பிட்ட தொகைகளுக்கு கீழ் ஊதியம் பெறுவோரின் சேம நல நிதியை 3 மாதங்களுக்கு அரசே கட்டும்; சிறுகுறு தொழில் நிறுவனங்களுக்கு அடமானம் இல்லாத கடன் வழங்க 3 லட்சம் கோடி ரூபாய்; ரிசர்வ் வங்கியின் அறிவிப்புகள் மூலம் பல்வேறு கடன்களுக்கு கட்டவேண்டிய தவணைகளை தள்ளிக்கட்ட அனுமதி, வட்டிவிகித குறைப்பு, பல்வேறு நிறுவனங்களுக்கு புதிய கடன்கள் கிடைக்க ஏற்பாடு போன்றவற்றையும் செய்திருக்கிறது.

வருமான வரி ரீபண்ட் விரைந்து கொடுக்க ஏற்பாடு, இந்த ஆண்டு தாக்கல் செய்ய நேர நீடிப்பு, டி.டி.எஸ், டி.சி.எஸ் பிடிப்புகளில் அளவு குறைப்பு, சிறு குறு நிறுவனங்களுக்கு சில சலுகைகள் போன்ற பல்வேறு அறிவிப்புகளையும் செய்திருக்கிறது.

அடுத்து நான்காவது முறையாக நாட்டு மக்களிடையே உரையாற்றிய பிரதமர், இந்த நோய் மிகப்பெரும் தாக்கத்தைக் கொடுத்திருக்கிறது. அதை எதிர்கொள்ள நாம் பல நடவடிக்கைகள் எடுக்கப்போகிறோம். இந்தியாவின் உள்நாட்டு உற்பத்தியில் 10 சவீத அளவான 20 லட்சம் கோடி ரூபாய்க்கு திட்டங்கள் தீட்டியிருக்கிறோம். வரும் நாட்களில் நிதி அமைச்சர் அவர்கள் அவற்றை அறிவிப்பார்கள் என்றார். நாடே மகிழ்ந்தது. விமர்சகர்கள் கூட பாராட்டினார்கள்.

பின்பு நிதியமைச்சர் நாள் ஒன்றுக்கு சில அறிவிப்புகள் என்று நான்கு நாட்களில் பல அறிவிப்புகள் செய்திருக்கிறார். மொத்தக் கணக்கு 20 லட்சத்து 97 ஆயிரத்து 53 கோடி என்று அறிவித்திருக்கிறார்.

விவசாயப் பொருட்களை விவசாயிகள் விற்பனை செய்யும் முறைகளில் மாற்றங்கள்; நிலக்கரி அகழ்வதில் தனியாருக்கு அனுமதி; பொதுத்துறை நிறுவனங்களில் பல தனியாருக்கு விற்பனை; யூனியன் பிரதேசங்களில் மின்சார வினியோக நிறுவனங்கள் தனியார் வசம்; அத்யாவசிய பொருட்கள் சட்டம் திருத்தப்பட்டு, சில பொருட்களுக்கு

விலக்கு; ராணுவ தளவாடங்கள் உற்பத்தியில் அந்நிய முதலீடு 74 சவீதமாக உயர்வு; ஆர்டினென்ஸ் தொழிற்சாலை நிர்வாகங்களில் மற்றவர்கள் மற்றும் அவை பங்குச் சந்தைகளில் பட்டியலிடப்படும்; விண்வெளி மற்றும் அணுசக்தித்துறைகளில் தனியாருக்கு அனுமதி என பல்வேறு மிகப்பெரும் அறிவிப்புகள் செய்திருக்கிறார்.

ஊரக வேலை வாய்ப்புத் திட்டத்திற்கு கூடுதல் நிதி ஒதுக்குதல், மலைவாழ் மக்களுக்கு, மீனவர்களுக்கு என்று சில அறிவிப்புகள் மற்றும் மேலே பார்த்த உணவு பொருட்கள், கேஸ் மற்றும் 500, 1000, 2000 ரூபாய் உதவித்தொகைகள் தவிர மற்ற பலவும் கொரானா ஏற்படுத்தியிருக்கும் பொருளாதார சிக்கலில் இருந்து சாதாரண மக்கள் வெளிவர உடனடியாகவோ நேரடியாகவோ உதவிகரமாக இருக்காது.

அறிவித்த திட்டங்களில் பல, சீர்திருத்தங்கள் வகையைச் சேர்ந்தவை. இவையெல்லாம் பட்ஜெட் நேரத்தில் செய்யப்படவேண்டியவை. ஆனால் இந்த 20 லட்சம் கோடி ரூபாய் திட்டத்தின் பகுதிகளாக அறிவிக்கப்பட்டிருக்கின்றன! இவற்றில் பல நல்ல திட்டங்களாக கூட இருக்கலாம். ஆனால், முழுமையாக நிறைவேறும்போதுதான் பலன் கிடைக்கும்.

20 லட்சம் கோடி என்ற போது மகிழ்ச்சியாக இருந்தது. ஆனால் விவரங்கள் பார்க்கையில்தான் தெரிகிறது, அதில் பெரும்பகுதி, திருப்பிக் கட்டவேண்டிய கடன்தொகைகள் என்று. தவிர, அந்தத் திட்டங்களில் பலவும் சட்ட திருத்தம் செய்தபின்தான் நடைமுறைபடுத்தவேண்டியவை. மேலும் சிலவற்றை அறிவித்திருக்கும் மத்திய அரசால் தனித்து செய்ய இயலாது. தொடர்புடைய மாநில அரசுகளும் சேர்ந்து செய்யவேண்டியவை அவை. தவிர, பல திட்டங்கள் பலன் தர காலமெடுக்கும்.

இன்னும் சில அறிவிப்புகள் வரவேண்டும். அதில் நேரடி மற்றும் ரொக்க உதவிகள் வரவேண்டும் என்ற எதிர்பார்ப்புகளுடன் தொடர்கிறார்கள் சாதாரண மக்கள்.

வீட்டில் இருந்தே பணம் சம்பாதிப்பது எப்படி?

– சௌந்தரலக்ஷ்மி ராமநாதன், சிதம்பரம்.

எவ்வளவோ வழிகள் இருக்கின்றன. 'மெடிக்கல் டிரான்ஸ்க்ரிப்ஷன்' அவற்றில் ஒன்று. ஒரு கம்ப்யூட்டர், ஒரு இண்டர்நெட் இணைப்பு போதும். நிறுவனங்களே பயிற்சி கொடுத்து, தயார் செய்து, வேலையும் கொடுக்கிறார்கள். இரண்டு ஆண்டு அனுபவம் உள்ளவர்கள், மாதம் பதினைந்து ஆயிரம் கூட சம்பாரிப்பதை பார்க்கிறேன்.

ஆங்கிலம் தெரியவேண்டும்தான். ஆனால், அதில் புலமையெல்லாம் தேவையில்லை. காதால் கேட்பதை அப்படியே தவறின்றி டைப் அடித்தால் போதும். ஆம், சரியாக கேட்டுக்கொள்ளும் திறன் (லிசனிங் ஸ்கில்) மற்றும் டைப் அடிக்கும் வேகம் போதும். சம்பாரிக்கலாம். நன்றாகவே, வீட்டில் இருந்தபடியே.

13. சர்வதேச பொருளாதாரம்

135. 2008ல் அமெரிக்காவில் ஏற்பட்ட பெரிய பொருளாதாரப் பிரச்சனை குறித்து...

– தணிகாச்சலம், மைலாப்பூர்

எல்லாம் கண் மண் தெரியாமல் கொடுத்த வீட்டுக்கடன்களால் வந்த வினை என்றால் நம்ப முடிகிறதா! கடந்த பல ஆண்டுகளாகவே அங்கே சொத்து விலைகள் உயர்ந்துகொண்டே போக, 'இதற்கு இனி முடிவேயில்லை' என்பது போல, பெரும்பாலானவர்கள், கடன் பெற்று வீடுகளை வாங்கித் தள்ளினார்கள். 'சொத்துவிலைகள் தான் தொடர்ந்து உயருகிறதே' என்று, நிறுவனங்களும் சகட்டுமேனிக்கு கடன் கொடுத்தார்கள். இதனால், வீட்டுக்கடன் என்பது அங்கே, வங்கிகளுக்கும் நிறுவனங்களுக்கு பெருத்த லாபம் சம்பாரிப்பதற்கான வாய்ப்பானது. மிகப்பெரிய நிறுவனங்களும், வீட்டுக்கடன்கள் தொடர்பானவற்றில் மறைமுகமாக (செக்யூரைடேஷன்) பெரிய முதலீடுகள் செய்தார்கள். வியாபாரத்தை விருத்தி செய்கிறோமென்று,

போட்டி போட்டுகொண்டு திருப்பிக் கட்ட முடியாதவர்களும் கடன் கொடுத்தார்கள். அதுதான் 'சப் பிரைம்'. (தண்ணீர் போய்...வண்டல்)

அப்படிபட்டவர்கள் கடன் தவணைகளை கட்ட முடியாமல் போக, அவர்கள் அடமானம் கொடுத்திருந்த வீடுகளை நிறுவனங்கள் விற்கபோனால், அதற்கு சரியான விலை கிடைக்கவில்லை. அங்கேதான் தொடங்கியது பிரச்னை.

மேலே போவது எதுவும் கீழே வரவே செய்யும் என்பதற்கு ஒப்ப, ஒரு நேரத்தில், வீட்டு விலைகள் இறங்கத் தொடங்கின. இறக்கம் என்றால், படு இறக்கம். 'வந்தது வரட்டும்' என்று, பல நிறுவனங்களும் கிடைக்கிற விலைக்கு அடமான வீடுகளை விற்கப்போக, அது சந்தையில் மேலும் பெரிய விலைசரிவை ஏற்படுத்தியது. இந்த தகவல்கள் பலருக்கும் தெரியவர, விற்க முற்படுபவர்களின் எண்ணிக்கையை மேலும் அதிகமாகி, பிறகு எல்லோரும் கழுத்தளவு சகதியில் மாட்டிக்கொண்டது போல ஆனது.

ஒரு நேரம் அமெரிக்காவில் வீட்டு விலைகள் 30 முதல் 50% வரையிலும் இறங்கியது. அதனால், கடன் கொடுத்தவர்களுக்கு பல லட்சம் கோடிகள் நட்டம். அப்படிபட்ட நிறுவனங்களில் சில FII-களாக ஆக இந்திய பங்குச் சந்தையில் முதலீடு செய்திருந்தன. அங்கே அடைந்த நட்டத்தை சரிகட்ட, இந்திய பங்குச்சந்தைகளில் பங்குகளை விற்றார்கள். அப்படி பெரிய அளவில் விற்று, தாக்கத்தை உண்டாக்கிய நிறுவனம் 'பேர் ஸ்டேன்ஸ்'. பின்பு மார்கன் ஸ்டேன்லி உட்பட மேலும் சில நிறுவனங்களும் அதே வேலையை செய்தன.

பேர் ஸ்டேன்ஸ்சை அடுத்து, சப் பிரைம் பிரச்னைக்கு பலியானது, லேமென் பிரதர்ஸ். அதன்பின் பின்பு மெரில் & லின்ச். அதன் பின் மார்கன் ஸ்டேன்லி. அடுத்து AIG. இவையெல்லாம், 'வால் ஸ்டிரீட்'டில் ஐம்பது, 100 ஆண்டுகளாக கோலோச்சிகொண்டிருந்த புகழ்பெற்ற நிறுவனங்கள், செப் 11ல் இரட்டைக் கட்டிடங்கள் வீழ்ந்து நொறுங்கியதைப்போல, எவர் தாக்குதலும் இல்லாமலேயே, ஒன்றன் பின் ஒன்றாக இவை சரிந்ததைப் பார்த்து, உலகமே அதிர்ச்சியில் வாயடைத்துப்போனது. நம்ப முடியவில்லை.

ஒரே ஆறுதல், அமெரிக்க அரசு உடனடியாக பல நடவடிக்கைகளை எடுத்தது. 'ஷார்ட் செல்லிங்'கே கிடையாது என்ற அதிரடி நடவடிக்கை உட்பட. தவிர, Fed மூலம், லட்சக்கணக்கான கோடி ரூபாய்களையும் கடனாகக் கொடுத்து இந்த நிறுவனங்களை தற்காலிகமாக காப்பாற்றியது.

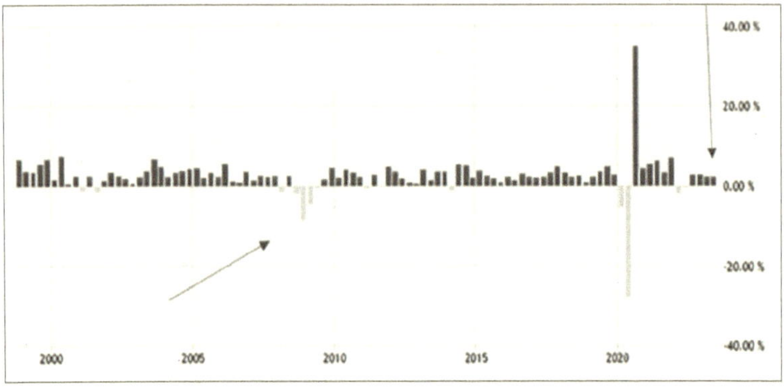

ஊரில் இருக்கும் பெரிய பணக்காரக் குடும்பம் நட்டபட்டால், அதன் தாக்கம் ஊரின் வியாபாரத்தையும் வளங்களையும் பாதிக்காமலா போகும்! அமெரிக்க நிறுவனங்களின் லட்சக்கணக்கான கோடி ரூபாய் நட்டம் எல்லா தேசங்களிலும் பிரதிபலித்தது. இந்திய பங்குச் சந்தையும் பலமாக அடிவாங்கியது. அதையெல்லாம் மீண்டு வர சில ஆண்டுகள் ஆனது.

2023ன் ஆரம்ப மாதங்களில், கொரோனா காலகட்டத்தில் அமெரிக்க அரசு மிக அதிகமாக செலவழித்த தொகையினால் பணவீக்கம் அதிகமாகி, மீண்டும் பொருளாதார சுணக்கம் வந்துவிடுமோ என்கிற அச்சம் நிலவியது. பிறகு செப்டெம்பர், அக்டோபர் மாத வாக்கில் பார்த்தால் வெளிச்சம் தெரிகிறது.

136. சில கம்பெனிகள் ஏன் திவாலாகின்றன? உதாரணம்: லேமேன் பிரதர்ஸ் மற்றும் ஐ.எல்.எப்.எஸ்.

– வா. பெரியசாமி, சேலம்

முதலில் லேமேன் பிரதர்ஸ் பற்றி.

பத்து ரூபாய் முதல் போட்டு வியாபாரம் செய்தால் அதில் லாபம் வந்தால், லாபம் முழுவதும் முதல் போட்டவருக்கே. அவரிடம் அதற்கு மேல் 'முதல்' இல்லை. ஆனால் அவரால், வியாபாரத்தை பெருக்க முடியும். பலரும் கடன் கொடுக்கிறார்கள். பத்து ரூபாய் முதல் 10 ரூபாய் கடன். இப்போதும் அந்த வியாபாரத்தில் நல்ல லாபம் கிடைக்கிறது. கடனுக்கு வட்டி மட்டும் கொடுத்துவிட்டு, மீத லாபம் முழுவதையும் முதல் போட்டவரே எடுத்துக்கொள்ளுகிறார். இதனால் ஊக்கம் பெற்று, மேலும் கூடுதலாக கடன் வாங்குகிறார்.

இப்போது, பத்து ரூ. முதல். 20 ரூ.கடன். இப்படிச் செய்வதன் பெயர் லீவரேஜ். போடுகிற முதலைப் போல 2 மடங்கு வியாபாரம் செய்ய முடிகிறது. இதுவும் சரியாக வர, பிடித்தது சனி. அப்படியே கடனை அதிகரித்துக்கொண்டேபோய், ஒரு கட்டத்தில் 10 ரூ முதலுக்கு 300 ரூ. கடன் வரை போய்விடுகிறார். எப்போதுமே லாபம் வருகிற வியாபாரம் எது? நட்டம் வந்தது. பத்து ரூ வரை நட்டம் வந்தால் சரி. முதல் பிழைத்துக்கொள்ளும். அதற்கும் மேல் வந்தால்? கடன்காரர்களுக்கு பைசல் செய்த பிறகு மீறுவதுதான், முதல் போட்டவருக்கு. 300 ரூ வியாபாரத்திற்கு 10 ரூ அளவுதானா நட்டம் வரும்?

2008ல் அமெரிக்காவில் அடித்தது சப் பிரைம் எனும் வீட்டுக்கடன் சுனாமி அலை. லேமேன் பிரதர்ஸ் சைக் காணோம். கடன் அலை, அந்நிறுவனத்தை, கடலுக்குள் வாரிக்கொண்டுபோய், முழ்கடித்துவிட்டது. முடிந்தது கதை. அளவுக்கு அதிகமாக லீவரேஜ் செய்தவர்கள், 158 வருடத்திய நிறுவனத்தை ஒழித்துவிட்டார்கள். அதனால் பல ஆண்டுகளுக்கு லீவரேஜ் என்பது அமெரிக்காவில்

மட்டுமல்ல, வியாபார உலகெங்கும் 'கெட்டவார்த்தை' ஆனது.

லீவரேஜ் என்றால், நெம்புகோல் பயன்படுத்துவதுபோல என்று சொல்லலாம். சிறிய உந்துதல், பெரிய விளைவுகள்.

ஆண்டு முடிவில், ஒரு நிறுவனத்தின் நிதி நிலைமை எப்படி இருக்கிறது என்பதை எழுதுகிற சீட்டிற்குப் பெயர், பேலன்ஸ் ஷீட். அந்த தாளின் குறுக்கே மேலிருந்து கீழே நெடுக்காக ஒரு கோடு போட்டு பிரித்துவிட்டு, வலது பக்கம் முழுக்க, நிறுவனத்தில் இருக்கும் பலவகையான சொத்துக்களை குறிபிட்டு, அவற்றின் விலை மதிப்புகளையும் எழுதுவார்கள். இடது பக்கம் முழுக்க, செய்த சிலவுகளை எழுதுவார்கள்.

லேமேன் பிரதர்ஸ் சின், அப்படிப்பட்ட பேலன்ஸ் ஷீட் எப்படி இருக்கும் என்று (வேடிக்கையாக) சொன்னார்கள் தெரியுமா? On the left side, there is nothing Right and On the right side, there is nothing Left. வார்த்தைகளில் விளையாடியிருக்கிறார்கள். 'செய்த செலவுகள் எதுவும் சரியில்லை. சொத்துக்கள் மொத்தமும் காலி' என்பது போல.

அவர்களுக்கு இபோது தேவைப்படுவது 'அகலக்கால் வைக்காதே' என்கிற நம்மூர் (பழைய!) அறிவுரைதான்.

அடுத்து ஐ எல் எப் எஸ் குறித்து

ஆனாலும் அதுவே மீண்டும் மீண்டும் நடக்கும். 2018ல் இந்தியாவில் நடந்தது. தானும் சிக்கிக்கொண்டு மற்றவர்களையும் அழித்த அந்த நிறுவனத்தின் பெயர், ஐ எல் எப் எஸ்.

அந்த வங்கியின் மொத்த முதல் ஈக்விட்டி கேப்பிடல் 9.83 கோடி ரூபாய்தான். கடன் வாங்கி கடன் கொடுத்து சம்பாரிப்பது அதன் வியாபார முறை. அந்த வகையில் அந்த நிறுவனம் வாங்கியிருந்த கடன் தொகை 91,000 கோடி ரூபாய்.

10 கோடி முதல் 91000 கோடி கடன்! ஏகப்பட்ட அல்ல. அதிர்ச்சியளிக்கும் பயங்கரமான லெவரேஜ்.

அதில் பெரும்பகுதி பல்வேறு காரணங்களால் வராக் கடன் ஆகிவிட்டது. அதனால் அது கொடுக்கவேண்டியவர்களுக்கு கொடுக்க முடியாமல் எஸ் வங்கி உள்பட பல நிறுவனங்களுக்கு அடி.

137. சிலிக்கான் வேலி பேங்க் திவாலாமே!

– வானதி, அபிராமபுரம்

ஆமாம். நன்றாக நடந்துகொண்டிருந்த ஒரு அமெரிக்க வங்கி. அதிலும் குறிப்பாக வென்ச்சர் கேப்பிடலிஸ்டுகளுக்கு என்றே இயங்கி வந்த சிறப்பு வங்கி. 1980 முதல் அமெரிக்காவின் சிலிக்கான்வேலி என்ற புகழ்பெற்ற இடத்தில் அதே பெயரில் இயங்கி வந்த 212 பில்லியன் அமெரிக்க டாலர் மதிப்பிருந்த வங்கி.

கொரானா பிரச்னை காரணமாக பல்வேறு தொழில்வாய்புகளும் குறைய தொழில்செய்வோர் அவர்கள் பணத்தை இந்த வங்கியில் டிப்பாசிட் செய்தார்கள். செய்தார்கள் என்பதைவிட பணமாக கொட்டினார்கள் என்றுதான் சொல்லவேண்டும். டிப்பாசிட் வருகிறது, கடன் வாங்குவோரில்லை. வங்கி அந்தப் பணத்தை பத்திரமாக வைத்திருக்க 0.5% வட்டிக்கு நீண்டகால பெடரல் ரிசர்வ்வின் பாண்டுகளை வாங்கியது.

நிலைமையில் மாற்றம். மக்களின் பிரச்னையைத் தீர்க்க, அமெரிக்க அரசு உதவித்தொகைகள் அள்ளிவிட்டது. அதனால் பணவீக்கம் ஏற்பட்டது. அதைக்குறைக்க, பெடரல் ரிசர்வ் மிக வேகமா அடுத்தடுத்து என வட்டி விகிதங்களைக் கூட்டியது. நிலமை சற்று சரியாக டிப்பாசிட்தாரகள் சிலர் பணததைக் கேட்க, சிலிக்கான் வேலி வங்கியிடம் பணம் இல்லை. பாண்டுகளை விற்றுக் கொடுக்கலாம் என பார்த்தால் வட்டிவிகிதங்கள் 5 சதவீதம் அளவு போய்விட்டதால் வங்கி வாங்கியிருந்த அரை % பாண்டுகளுக்கு விலை இல்லை. எப்படியாவது விற்றால் சரி என்று விற்கபோக, 1.8 பில்லியன் டாலர் நட்டம்

அது பெரிய நட்டம் என்பதால் அதை சமாளிக்க, புதிய பங்குகள் வெளியிட திட்டமிட்ட வங்கியை அனலிஸ்டுகள் ஏன் என்று கேட்க, வங்கியின் தலைவர் உணமியைச் சொன்னார். அது இந்த வங்கிக்கு இவ்வளவு நட்டமா என்று பீதியைக் கிளப்ப, வங்கியில் பணம் பொட்டவர்கள் அனவரும் ஒருசேர பணதைதத் திருப்பிக்கேட்க, விஷயம் வெளியில் தெரிந்து வங்கியின் பங்குகளை ஒரே நாளில் 60% அடித்தார்கள்.

எல்லாம் போச்சு. வங்கி மூழ்கிவிட்டது.

கொரானா புயல் எங்கெங்கோ சுற்றி, நன்றாக நடந்துகொண்டிருந்த ஒரு பெரிய வங்கியை சடுதியில் காணாமல் அடித்துவிட்டது.

138. அமெரிக்க பொருளாதார சரிவினால் நம் நாட்டு ஐ.டி. கம்பெனிகள் பாதிக்கப்படுமாமே! உண்மையா?

– உமாதேவி பலராமன், திருவண்ணாமலை

ஐ.டி. துறை எனப்படும் தகவல் தொழில்நுட்பத்துறை நிறுவனங்கள் என்ன செய்கிறார்கள்? வெளிநாடுகளில் இருக்கும் பல நிறுவனங்களுக்குத் தேவையான ஐ.டி வேலைகளை செய்து தருகிறார்கள்.

கடந்த பல வருடங்களாக, அவர்களது வியாபாரம் தொடர்ந்து பெருக, நல்ல லாபம் ஈட்டி வந்தார்கள். இப்போது அவற்றை விலைகொடுத்து வாங்கும் வாடிக்கையாளருக்கு (அமெரிக்கா) மிகப்பெரிய நெருக்கடி வந்தால் அவை செலவுகளை குறைக்கவே முயலும். அப்படி செய்தால் நம் ஐ.டி நிறுவனங்களின் வியாபாரமும் குறையவே செய்யும். ஆனால் இவையெல்லாம் ஒரு சுழற்சிதான். எட்டாண்டு வாழ்ந்தவனும் இல்லை. எட்டாண்டு கெட்டவனும் இல்லை என்பார்கள் தமிழில். எய்ட் இயர் இட்ச் என்று ஆங்கிலத்தில் சொல்வதும் அதையேதான்.

இன்போசிஸ், டி.சி.எஸ், விப்ரோ மற்றும் எச் சி எல் என்கிற நான்கு நிறுவனங்களும் பல ஆண்டுகளாக என்பதை விட சில தசமங்களாகவே (பத்தாண்டுகள்) ஒவ்வொரு ஆண்டும் புதிதாக பல ஆயிரம் நபர்களை வேலைக்கு எடுத்துக்கொண்டிருக்கிறார்கள். டி சி எஸ் மொத்த ஊழியர் எண்ணிக்கை மட்டும் 6 லட்சத்து 8 ஆயிரம் (2023ல்) இன்போசிஸ் : 3.36 லட்சம். விப்ரோ : 2.49 லட்சம் எச் சி எல் : 2.2 லட்சம்.

பல சாதராண குடும்பத்துப் பிள்ளைகளும் பொறியியல் படிப்பு படித்துவிட்டு, உடன் வேலை கிடைத்து, முதல் சம்பளமே பெற்றோரைவிட அதிகமாக வாங்கும் வாய்பைத் தந்துகொண்டிருக்கும் துறை, ஐ.டி துறை. நபருக்கு இருபதாயிரத்துக்கு குறைவில்லாமல் ஆரம்ப சம்பளமே கொடுத்துக்கொண்டிருக்கிறார்கள்.

அதனால் வீடுகள்/பிளாட்டுகள், கார்- வண்டிகள், ஜவுளி, செல்போன்கள், உணவுவிடுதிகள், பொழுதுபோக்கு என்று பல வியாபாரங்களும் ஜெகஜோதியாய் நடக்கிறன.

பெரும்பாலான ஐ.டி நிறுவனங்களின் அதிகப்படியான (60% வரை) வியாபாரமும் வருமானமும் அமெரிக்காவில் இருந்துதான். அங்கே பொருளாதார சுணக்கம் ஏற்பட்டால் அதன் விளைவு கொஞ்சம் இருக்கவே செய்யும். போதாதற்கு புதிதாக வந்திருக்கும் செயற்கை நுண்ணறிவு வேறு. மனிதன் செய்யும் கோட் எழுதும் வேலையை அது செய்யும் என்கிறார்கள்.

ஐ.டி. துறையின் பாதிப்பு, ஐ.டி துறையோடு நிற்காது. மற்ற துறைகளிலும் உணரப்படும்.

139. ரஷ்யா –உக்ரைன் போரால் பிரச்னை ஏதும் வருமா?

– ராமு, கும்பகோணம்

என்ன ராமு, ஏதோ சிறிய பிரச்னை போல கேட்கிறீர்கள்! போர் உக்ரைன் - ரஷ்யா ஆகிய இரு நாடுகளுக்கு இடையேதான்

என்றாலும், இருநாடுகளுமாக சேர்ந்து உற்பத்துஇ செய்யும் கச்சா எண்ணை, பருப்பு வகைகள், கோதுமை போன்றவை மிக மிக அதிகம். உலக சப்ளையில் அவற்றின் பங்கு கணிசமானது.

அதிகம் பாதிகபட்டது ஐரோப்பாதான். அது நேரடியாக போரில் இறங்காவிட்டாலும் உக்ரைன்னுக்கு முழு ஆதரவு கொடுப்பதால் ஒரு பக்கம் செலவு. மற்றொருபக்கம் ரஷ்யாவை சிரமத்துக்குள்ளாக்குகிறேன் என்று கச்சா எண்ணை மற்றும் இயற்கை எரிவாயுவை வாங்கமாட்டோம் என்ற முடிவெடுத்து மாட்டின. கச்சா எண்ணை உலக சந்தையில் விலை கூடியது.

நல்லவேளையாக இந்தியா இரண்டு நாடுகளுக்கு ஆதரவு என்பதால், ரஷ்யா இந்தியாவிற்கு கச்சா எண்ணையை குறைந்தவிலைக்கு கொடுத்தது.

140. பாகிஸ்தானிலும் பிரச்சனையாமே!

– மணிகண்டன், திருச்சி

பாகிஸ்தானில் நிலையான ஆட்சி இல்லை. அந்த அரசாங்கங்களுடைய நோக்கங்கள் அந்த நாட்டை வளப்படுத்துவது, மக்களை முன்னேற்ற நோக்கி அழைத்துச் சென்றதாகவும் இருப்பதாக ஊடகங்களில் வரும் செய்திகள் தெரிவிக்கவில்லை.

சமீபத்திய பிரச்சனை ஆரம்பித்தது ரஷ்யா -உக்ரைன் போரால். கச்சா எண்ணெய் விலை கடுமையாக உயர்ந்தது, அதனால் அதிக அந்நிய செலவாணி தேவைப்பட்டது. மேலும் கடன் வாங்க வேண்டிய சூழ்நிலை. அதிக விலைக்கு பெட்ரோல் டீசல். அதன் காரணமாக நாடு மொத்தமும் மிக அதிகமாக உயர்ந்த பண வீக்கம்.

பொதுவாக பெரும்பாலும் அரபு நாடுகளின் கடன் மற்றும் மற்ற நாடுகளின் உதவி எதிர்பார்த்து இருக்கிறது பாகிஸ்தான். அதன் அந்நிய செலவாணி கையிருப்பும் குறைந்துவிட்டது. எல்லா பொருட்களும் அங்கே தயாரிக்கப்படவில்லை. தற்சார்பு இல்லை. அங்கே ஆட்சியாளர் ஊழலும் அதிகம் என்கிறார்கள்.

141. அவ்வப்போது பெட் ரேட் என்கிறார்களே! அது என்ன பெட் ரேட்?

– மதிசூடி, திருப்பத்தூர்

நம் நாட்டின் மத்திய வங்கியின் பெயர் ரிசர்வ் வங்கி. அதுதான் நம் நாட்டில் வட்டி விகிதம் என்னவாக இருக்க வேண்டும் என்பதை ரிப்போர்ட் மூலம் முடிவு செய்கிறது. அவ்வப்போது மானிட்டரி பாலிசி கமிட்டியின் மூலம் அதை மாற்றி அறிவிக்கிறது.

அமெரிக்காவினுடைய மத்திய ரிசர்வ் வங்கியின் பெயர் ஃபெடரல் ரிசர்வ். அதுவும் அவ்வப்போது அமெரிக்காவில் நிலவ வேண்டிய வட்டி விகிதங்களை முடிவு செய்து அறிவிக்கிறது. நம் நாட்டில் ரிப்போர்ட் ரேட் போல அங்கே பெட் ரேட். பெடர்கள் ரிசர்வ் அறிவிக்கும் ரேட் என்பதன் சுருக்கம்தான் பெட் ரேட்.

இந்திய ரூபாய் இந்தியாவில்தான் செல்லும். ஆனால் அமெரிக்க டாலர் அப்படி அல்ல, உலகம் முழுவதும் பயன்படுத்துகிறார்கள். அதனால் அமெரிக்காவினுடைய பெடரல் ரிசர்வ் ரேட் எல்லா நாடுகளிலும், எல்லா சந்தைகளிலும் தாக்கம் கொடுக்கிறது.

142. இலங்கையில் என்ன பிரச்சனை?

– சுமித்ரா, புதூர்

இரண்டு ஆண்டுகளுக்கு முன்னாடி இலங்கையில் பெரிய பொருளாதார பிரச்சினை. மக்களுக்கு அத்தியாவசிய பொருட்கள் கிடைக்கவில்லை. அவற்றினுடைய விலைகள் மிகக் கடுமையாக உயர்ந்தன. ஒரு நேரத்தில் பணம் வீக்கம் 40% கூட போனது.

இலங்கையினுடைய மிக முக்கியமான வருமானம் சுற்றுலாத்துறை மூலமாக வருகிறது. கொரோனா காலகட்டத்தில் பல்வேறு நாடுகளில் ஊரடங்கு அமல்படுத்தப்பட்டதால் வெளிநாட்டு சுற்றுலா பயணிகள் வருகை குறைந்து போய் அந்த நாட்டினுடைய வருமானம்

பாதிக்கப்பட்டு அந்த நாட்டின் வருமானம் பாதிக்கப்பட்டது மட்டுமல்லாமல் அன்னிய செலவாணி இல்லாமல் போனது.

அந்த நாட்டினுடைய விவசாயத்திற்காக மற்ற பல நாடுகளைப் போலவே இலங்கையும் வெளிநாடுகளில் இருந்து உரத்தை இறக்குமதி செய்து கொண்டு இருந்தது. இறக்குமதியை செய்து கொள்ள அன்னிய செலவாணி இல்லாத காரணத்தினால் அந்த அரசு வேறு ஒரு முடிவு எடுத்தது. அந்த முடிவு உரத்தை இறக்குமதி செய்ய வேண்டாம் அதற்கு பதிலாக நீங்கள் இலங்கையில் இயற்கை விவசாயம் செய்யுங்கள் என்று அறிவித்தது.

இயற்கை விவசாயம் என்பது சிறப்பானதுதான்... ஆனால், இப்போது இருக்கிற மக்கள் தொகைக்கு இயற்கை விவசாயம் மூலமாக செய்து மாளாது. ஓர் ஆண்டு கழித்து இலங்கையில் உணவுப் பொருட்கள் உற்பத்தி என்பது மூன்றில் ஒரு பகுதியாக குறைந்து போய்விட்டது.

அதனால் பஞ்சம். அதை சரி கட்டுவதற்காக இறக்குமதி செய்யலாம் என்றால் உரம் இறக்குமதி செய்வதற்கே பணம் இல்லாத போது எங்கிருந்து உணவு இறக்குமதி செய்வது அதனால் உலக வங்கியிடம் கையேந்த வேண்டிய நிலைமை. உலக வங்கி சொல்லுகிற கட்டுப்பாடுகளுக்கு எல்லாம் தலையாட்ட வேண்டிய கட்டாயம்.

எந்த வியாபாரம் செய்தாலும் நட்டம் வருகிறது. நாட்டில் நிலைமை இப்போது கொஞ்சம் சுமாராகி வருகிறது தானே!

– ஆறுமுகம், மஞ்சக்குப்பம்– கடலூர்

டாக்டர் அந்தப் பெரியவரைக் கேட்டார்,

“உங்களுக்கு என்ன பிரச்னை?”

“உடம்பில் வலி”

“அப்படியா? எங்கெங்கே வலிக்கிறது?”

“ஒன்று இரண்டு இடமில்லை டாக்டர். உடம்பு முழுக்கவே எங்கே தொட்டாலும் வலிக்கிறது.”

பெரியவரின் மெடிக்கல் ரிப்போர்ட்டுகளை பார்த்தார் டாக்டர். அவர் முகத்தில் வியப்பு. பின்பு சொன்னார்,

“அப்படியா? குறிப்பாக எங்கே வலிக்கிறது? நீங்களே தொட்டுக் காட்டுங்கள் பார்க்கலாம்.”

“ஓ! தொட்டுக்காட்டுகிறேனே!”

பெரியவர் முதலில், தனது தோள்பட்டையை தானே தொட்டார். தொட்டவர், உடனே கையை உதறிக்கொண்டு, “அம்மா! வலி தாங்கவில்லையே” என்று அலறினார். டாக்டர் முகத்தில் கேள்விக் குறிகள்.

“அவ்வளவு வலியா? சரி, வேறு எங்கே வலிக்கிறது?” அடுத்து, தனது முட்டிக்காலை தானே மெதுவாக தொட்ட பெரியவர், அதே பழைய வேகத்துடன் தனது கையை பின்னுக்கு இழுத்துக் கொண்டார்.

“இங்கே தொட்டாலும் அதேபோலத்தான் வலி உயிர் போகிறது டாக்டர்”

டாக்டர், ஏதும் சொல்லாமல் பெரியவரையே கூர்ந்து பார்க்க, இன்னும் சில இடங்களையும் தொட்டுக்காட்டிவிடலாம் என்று நினைத்த பெரியவர், அடுத்து தனது நெற்றியில் கைவைத்துவிட்டு, கையை உதறியபடி,

“நெற்றியையும் தொடமுடியவில்லை டாக்டர். அவ்வளவு வலி”

மெடிக்கல் ரிப்போர்ட் பேப்பர்களை மேசை மீது வைத்தபடி, டாக்டர் சொன்னார்,

“பிரச்னை உங்கள் உடம்பில் இல்லை. கையில்தான். காயப்பட்டிருக்கும் கையால் தொடுவதால், எங்கே தொட்டாலும் கையில் வலிக்கிறது.”

உங்கள் அணுகுமுறைகளை கொஞ்சம் ஆராய்ந்து பாருங்கள்.

14. கச்சா எண்ணெய்

143. கச்சா எண்ணெய் என்கிறார்களே, அதில் என்ன கச்சா?

– ராமச்சந்திரன் , சங்கரன் கோவில்

கச்சா எண்ணெய்யினை பீப்பாய் அளவுகளில்தான் குறிப்பிடு கிறார்கள். ஒரு பீப்பாய் என்பது கிட்டத்தட்ட 159 லிட்டர். அதிலிருந்து பெட்ரோல், டீசல் மற்றும் மண்ணெண்ணெய் போன்ற எரிபொருட்களை சுத்திகரித்து பிரித்து எடுக்கிறார்கள். கிடைக்கிற இதுபோன்ற எரிபொருட்களின் மொத்த அளவு சுமார் 20 லிட்டர் தான். அதாவது எட்டில் ஒரு பங்குதான். மீதமெல்லாம் 'கச்சா!'

கச்சா என்றால் மொத்தமும் வீண் என்பதல்ல. பிளாஸ்டிக்குகள் தயாரிக்க பயன்படுத்தப்படும் மூலப்பொருட்கள், சாலைகள் போட பயன்படுத்தப்படும் Asphalt, சல்பியூரிக் அமிலம், லூபிரிகண்ட் பாராபின், தார் போன்ற பலவும் கச்சா எண்ணெயில் இருந்துதான் கிடைக்கின்றன. நமது ரிலையன்ஸ் போன்ற நிறுவனங்கள் எதையும் விடுவதில்லை. 159 லிட்டரையும் உறிஞ்சி விடுகிறார்கள். எல்லாமே காசுதான்.

144. கச்சா எண்ணை இப்படி படுத்துகிறதே...?

– மோகன், ஸ்ரீரங்கம்

1998ல் பீப்பாய் ஒன்று வெறும் 10 டாலராக இருந்தது. 2009ல் 139 டாலராக உயர்ந்தது. 2023ல் 90 டாலர். ரஷ்யா - உக்ரைன், பாலஸ்தீனம் - ஸ்ரேல் போர்களால் இது இன்னும் எவ்வளவு உயருமோ என்று உலக நாடுகள் பலவும் அச்சப்பட்டுக்கொண்டிருக்கின்றன.

ஒரு எரிபொருள் வயிற்றெரிச்சல் பொருளாக மாறி எவ்வளவோ ஆண்டுகளாகின்றன. வேறு என்ன சொல்ல!

145. பேரல் என்கிறார்கள், பீப்பாய் என்கிறார்கள்... அதன் அளவுதான் என்ன?

– மனோஜ், கோடம்பாக்கம்

லிட்டர் கணக்கில் துல்லியமாக சொல்வதானால், 158 லிட்டர் 900 மில்லி.

கேலன் கணக்கில் சொல்லுவதானால், ஒரு பீப்பாய் என்பது, 42 யூ.எஸ். கேலன்.

146. கச்சா எண்ணெய் விலை உயர்ந்தால் பெட்ரோல் விலை கூடுகிறது. ஆனால், கச்சா எண்ணெய் விலை குறைந்தால் பெட்ரோல் டீசல் விலைகள் குறைவதில்லையே! ஏன்?

– சதீஷ் திருப்பூர்

உங்கள் கேள்வியில் நியாயம் இருக்கிறது. இது குறித்து இந்து தமிழ் திசையில் 2023ல் நான் எழுதிய கட்டுரையைப் பாருங்கள்.

கச்சா எண்ணை விலை உயர்ந்தவுடனெல்லாம் பெட்ரோல் டீசல் விலைகள் உயர்ந்ததே. குறைந்தபோது ஏன் குறையவில்லை!

சென்னையில் ஒரு லிட்டர் பெட்ரோல் விலை ரூ. 102.63. டீசல் 94,24. மே 2022லிருந்து ஓராண்டுக்கு மேலாக அதே விலை. மாற்றம் இல்லை.

சர்வதேச சந்தையில் கச்சா எண்ணெய் விலை உயர்ந்தால் இவற்றின் விலைகள் உயர்வது வழக்கம். ரஷ்யா உக்ரைன் மீது படையெடுத்த அதிர்ச்சியால் கச்சா எண்ணெய் விலை உடனடியாக கடுமையாக உயர்ந்தது என்றாலும், ஜூன் 2022ல் பீப்பாய் 112 டாலராக இருந்த கச்சா எண்ணெய் விலை, கடந்த ஓராண்டாக தொடர்ந்து இறங்கி, ஜூன் 2023ல் 73 டாலர் என்கிற அளவுக்கு வந்திருக்கிறது. ஆனாலும் இன்னும் பெட்ரோல் டீசல் விலைகள் குறைக்கப்படவில்லை.

தவிர, உக்ரைன் மீது படையெடுத்திருக்கும் காரணத்தால் அமெரிக்கா தலைமையிலான நேட்டோ நாடுகள், பல தடைகளை விதித்திருந்தாலும், இந்தியா ரஷ்யாவிடமிருந்து கச்சா எண்ணெய் வாங்க முன்வர, விலையில் பீப்பாய்க்கு 10 முதல் 12 டாலர் வரை குறைத்துக்கொடுக்கிறது ரஷ்யா.

சவுதி அரேபியா, குவைத், ஈராக், மெக்சிகோ, ஐக்கிய அமீரகம், அமெரிக்கா போன்ற நாடுகளில் இருந்து இறக்குமதி செய்து கொண்டிருந்த அளவுகளை குறைத்து, இந்தியா இப்போது ரஷ்யாவிடம் இருந்து அதிக அளவில் இறக்குமதி செய்கிறது. இதனாலும் இந்திய எண்ணெய் நிறுவனங்களுக்கு மூலப்பொருள் செலவுத் தொகை குறைந்திருக்கிறது. இந்நிறுவனங்கள் லாபம் ஈட்டிக்கொண்டிருக்கின்றன.

பெட்ரோல் டீசல் விலை குறைய வாய்ப்பிருப்பதாக முன்பு சொன்ன மத்திய பெட்ரோலியத் துறை அமைச்சர் ஹர்தீப் பூரி, இப்போது, கச்சா எண்ணெய் விலை இன்னும் கொஞ்சம் நிலையானதும் அந்நிறுவனங்கள் பெட்ரோல் டீசல் விலைகளைக் குறைக்கும் என்று தெரிவித்திருக்கிறார். மத்திய அரசுதானே குறைக்கவேண்டும். பிறகு

அந்தத் துறைக்கான அமைச்சர் ஏன் இப்படிச் சொன்னார் என்று சிலருக்கு வியப்பாக இருக்கலாம்.

2010 ஆம் ஆண்டு திரு மன்மோகன் சிங் அவர்கள் பிரதமராக இருந்தபோது முதன்முதலாக பெட்ரோல் விலையை அவற்றை சுத்திகரித்து விநியோகிக்கும் ஆயில் மார்க்கெட்டிங் நிறுவனங்களான (ஓஎம்சி-OMC) இந்தியன் ஆயில், பாரத் பெட்ரோலியம் மற்றும் இந்துஸ்தான் பெட்ரோலியம் ஆகியவையே முடிவு செய்து கொள்ளலாம் என்று ‘டி கண்ட்ரோல்’ செய்தார்.

அதன்பின் சர்வதேச சந்தையில் கச்சா எண்ணெய் விலை மாற்றங்களை ஒட்டி பெட்ரோல் விலைகள் தொடர்ந்து மாற ஆரம்பித்தன.

பிறகு, 2015ஆம் ஆண்டு பிரதமர் நரேந்திர மோடி பெட்ரோல் விலைகளைப் போலவே டீசல் விலைகளையும் அரசின் கட்டுப்பாட்டில் இருந்து விடுவித்தார். இறக்குமதி, சுத்தகரிப்பு மற்றும் விற்பனை செய்யும் OMCகள் டீசல் விலையையும் முடிவுசெய்ய ஆரம்பித்தன.

அவற்றின் விலைகளை அரசு கட்டுப்படுத்திக் கொண்டிருந்தபோது மத்திய அரசுக்கு மானியம் என்ற வகையில் செலவு அதிகரித்துக் கொண்டுபோனது. அதை தவிர்க்க அவை ‘டி கண்ட்ரோல்’ செய்யப்பட்டன.

வங்கிகள் தேசியமயமாக்கப்பட்டதைப் போல, 1976ல் Esso, Burmah-Shell and Caltex ஆகிய மூன்று இந்தியாவில் இயங்கிய வெளிநாட்டு பெட்ரோல் டீசல் நிறுவனங்களும் அரசுடமை ஆக்கப்பட்டன. அவைதான், இந்தியன் ஆயில், பிபிசிஎல் மற்றும் எச்பிசிஎல் (IOC, BPCL & HPCL) என்ற தற்போதைய ஆயில் மார்கெட்டிங் நிறுவனங்கள்.

பிறகு காலப்போக்கில் அந்த நிறுவனங்களின் பங்குகள் தொடர்ந்து தனியார்களுக்கு விற்கப்பட்ட காரணத்தால், அவை அரசுக்கு மட்டுமே சொந்தமான நிறுவனங்களாக இல்லாமல் போனது.

தற்சமயம், IOC, BPCL & HPCL நிறுவனங்களின் மொத்த பங்குகளில் முறையே, 51.5%, 52.98% மற்றும் 54.9% பங்குகள் மட்டுமே மத்திய அரசு வசம் இருக்கின்றன. மீதப் பங்குகளை, வெளிநாட்டு

முதலீட்டு நிறுவனங்கள் (FIIs), உள்நாட்டு முதலீட்டு நிறுவனங்கள் (DIIs), பரஸ்பர நிதிகள் (MFs) மற்றும் பொதுமக்களில் சிலர் வைத்திருக்கிறார்கள். எனவே அரசு தவிர, இந்த மூன்று ஓ.எம். சி.களுக்கும் அவர்களும் பங்குகள் வைத்திருக்கும் அளவுகளில் முதலாளிகள்.

சரி பாதிக்கும் மேல் பங்குகளை அரசு வைத்திருந்தாலும் தனியார்களுக்கும் சொந்தமான நிறுவனங்கள் அரசின் நிர்பந்தம் காரணமாக விலையைக் குறைத்து நட்டப்பட்டால், முன்பு செய்ததைப் போல அந்த நட்டத்தை அரசு ஈடு செய்யவேண்டிவரும்.

ஆனால் இப்போதைய நிலை வேறு. சர்வதேச சந்தையில் கச்சா எண்ணெய் விலை சில மாதங்களாகவே குறைந்திருக்கிறது. மேலும் ரஷ்ய எண்ணெய் குறைந்த விலையில் இறக்குமதி செய்யப்படுகிறது. ஓ எம் சிகள் கடந்த ஓர் காலாண்டிலேயே சில ஆயிரம் கோடி ரூபாய்கள் லாபம் செய்திருக்கின்றன.

தவிர்க்கமுடியாத தேவைகளில் ஒன்றாக மாறிவிட்ட எரிபொருட்களின் உயர் விலை எளிய மற்றும் நடுத்தர வருமானமுள்ள குடும்பங்களுக்கு நேரடியாக சிரமம் தருகிறது. மேலும் நாட்டில் பணவீக்கம் அதிகரித்து இந்திய பொருளாதாரத்திற்கு அது வேறுவிதங்களிலும் சிரமங்கள் கொடுக்கிறது.

சில மாதங்களுக்கு முன்பே பெட்ரோல் டீசல் விலை குறைப்பு செய்திருக்க முடியும். குறைந்தபட்சம், வேறு காரணங்களுக்காக கச்சா எண்ணெய் விலை மீண்டும் உயர்வதற்குள் இப்போதாவது அவசியம் குறைக்கவேண்டும்.

147. கச்சா எண்ணெய் விலை குறைந்தால் தங்கம் விலையும் குறைகிறதே!

– பெரியசாமி, சேலம்

இரண்டும், 'கமாடிட்டீஸ்' என்பதுதான் காரணம். தற்சமயம் உலக அளவில், கமாடிட்டீஸ் எனப்படும் பொருட்களின் விலைகளில் தளர்வு வந்திருக்கிறது.

தோல்வி முத்தமிடுவது என்கிறார்களே! என்ன இது! தோல்வியை சந்திக்காமல் வெற்றியை பார்க்கவே முடியாதா என்ன?

– ஸ்ரீவள்ளி, ஓசூர்

எதுவாக இருந்தாலும், சில முறைகளேனும் தோற்றுதான் வெற்றி பெறமுடியும் என்பதல்ல அதன் பொருள்.

முயற்சி என்பது, நிச்சயமாக *Do it Right First time* என்பதாகத்தான் இருக்க வேண்டும். ஆனால் நினைத்தபடி நடக்கவில்லையா? அதனால் என்ன! 'சில முறைகள் தோற்றாலும் தடையில்லை. தொடர்ந்து முயற்சியுங்கள். வெற்றி பெறமுடியும்' என்பதுதான் செய்தி.

கோவையில், நமது நம்பிக்கையின் சிகரம் அமைப்பு நடத்திய கூட்டத்தில் இதே கேள்விக்கு நான் சொன்ன பதில், 'தோல்வி நம்மை முத்தமிடலாம். ஆனால் அதன் எச்சில் படாமல் பார்த்துக்கொள்ள வேண்டும்' என்பதுதான். தோல்வியின் தாக்கம் நம்மை சோர்வடைய வைத்துவிடக்கூடாது.

நான் சொன்னது இருக்கட்டும். ஆல்பர்ட் ஐயின்ஸ்டீன் இதைப் பற்றி சொல்லுவது இன்னும் சுவாரஸ்யமானது. நமக்கு நாமே, எப்போதும் சொல்லிக்கொள்ளவேண்டியது, 'இன்னும் ஒரு முறை' என்பதைத் தானாம். அதாவது, எத்தனையாவது முறை தோல்வியடைந்தாலும், அதே வார்த்தைகள் தான். அதே வைராக்கியம் தான். 'இன்னும் ஒரு முறை', '*One more time*', 'இன்னும் ஒரு முறை'. இப்படி இருப்பவர்களை வெற்றியால் எப்படி தவிர்க்க முடியும்!

இவைகளெல்லாம் வெறும் பயன்பாட்டுப் பொருட்களாக மட்டுமே இருந்தால் பிரச்சனையில்லை. இவையெல்லாம் இப்போது முதலீடு செய்து பணம் பார்க்கும் வியாபாரப் பொருட்களாகிவிட்டன. அதுவும், 'ஆன் லைனில்' செய்வது மிகவும் சுபலமாகிவிட்டது.

வெறும் கர்சீப் போட்டு இடம் பிடிப்பது போல, ஓரளவு தொகை கொடுத்தே பெரிய அளவுகளில் வாங்கி வைக்க முடிகிறது. அப்படி நடந்ததுதான் இந்த இரண்டு பொருட்களின் சமீபத்திய அசாத்திய விலை உயர்வுகள்.

விலை உயர்ந்த பிறகு விற்கலாம் என்று வாங்கி குவித்து வைத்திருந்தவர்கள், போதும் என் விற்க, பலரும் விற்கத் தொடங்கிவிட்டார்கள்.

டாக்டர் சோம.வள்ளியப்பன்

தமிழகத்தின் அனைத்து முன்னணிப் பத்திரிகைகளிலும் இதழ்களிலும் கட்டுரைகள், தொடர்கள் எழுதுபவர். தொலைக்காட்சிகளில் பங்குச்சந்தை மற்றும் பொருளாதாரம் தொடர்பான நிகழ்ச்சிகளில் கருத்துக்கள் சொல்பவர். தமிழகம் முழுவதுமிருந்தும் பல்வேறு கல்லூரிகள், அமைப்புகள் மற்றும் நிறுவனங்களால் பேச, பயிற்சி கொடுக்க அழைக்கப்படுவர். நிர்வாகம், உறவுகள், சுய முன்னேற்றம், பணம், பங்குச்சந்தை, ஆளுமைகள் பற்றி இதுவரை 75 புத்தகங்கள் எழுதியிருக்கிறார். இளங்கலை பொருளாதாரம், MBA மனித வளம் மற்றும் மார்க்கெட்டிங் படித்திருக்கும் சோம. வள்ளியப்பன், பெல், பெப்ஸி, வேர்ல்பூல், டாக்டர் ரெட்டீஸ் பவுண்டேஷன், நவியா உள்பட பல்வேறு நிறுவனங்களில் 30 ஆண்டுகள் மனிதவளத்துறையில் பணியாற்றிவிட்டு, தற்போது மேன்மை மேனேஜ்மெண்ட் கன்சல்டன்சியின் மேலாண் இயக்குனராகச் சென்னையில் பணிபுரிகிறார். அவரது எமோஷனல் இண்டெலிஜென்ஸ் குறித்த ஆய்விற்காக சென்னை பல்கலைக்கழகத்தில் Ph.D. பட்டம் பெற்றவர்.

ஆசிரியரின் பிற நூல்கள்

சுயமுன்னேற்றம்

1. இட்லியாக இருங்கள் - எமோஷனல் இன்டெலிஜென்ஸ்
2. எமோஷனல் இண்டெலிஜென்ஸ் 2.0
3. ரசவாதம்: ஏதிலும் பெரும் வெற்றி (NLP பற்றி)
4. தடையேதுமில்லை (சுயமுன்னேற்றக் கட்டுரைகள்)
5. உஷார் உள்ளே பார் (மனமும் சக்தியும்)
6. ஆல் தி பெஸ்ட்! (நீங்கள் விரும்பும் வேலையை வென்றெடுப்பது எப்படி?)
7. தள்ளு (மோட்டிவேஷன்)
8. சின்னத் தூண்டில் பெரிய மீன்
9. சிறுதுளி பெரும் பணம்
10. டீன் தரிகிட (பதின் பருவம்)
11. சொல்லாததையும் செய்!
12. மனதோடு ஒரு சிட்டிங்
13. முன்னேற்றம் இந்தப் பக்கம்
14. எல்லோரும் வல்லவரே

15. காதலில் இருந்து திருமணம் வரை
16. சிக்கனம் சேமிப்பு முதலீடு
17. நல்லதாக நாலு வார்த்தை
18. திட்டமிடுவோம் வெற்றிபெறுவோம்
19. அதிகாரம் அல்ல, அன்பு
20. உடல் மனம் புத்தி
21. யார் நீ?
22. உயர... உயர...
23. You vs You: Everything you need to know about Emotional Intelligence
24. உச்சம் தொடு
25. மேன்மை கொள்
26. சொல்லி அடி

பங்குச்சந்தை

1. அள்ள அள்ளப் பணம் - 1 - பங்குச்சந்தை: அடிப்படைகள்
2. அள்ள அள்ளப் பணம் - 2 - பங்குச்சந்தை: அனாலிசிஸ்
3. அள்ள அள்ளப் பணம் - 3 - பங்குச்சந்தை: ஃபியூச்சர்ஸ் அண்ட் ஆப்ஷன்ஸ்
4. அள்ள அள்ளப் பணம் - 4 - பங்குச்சந்தை: போர்ட்ஃபோலியோ முதலீடுகள்
5. அள்ள அள்ளப் பணம் - 5 - பங்குச்சந்தை: டிரேடிங்
6. அள்ள அள்ளப் பணம் - 6 - மியூச்சுவல் ஃபண்ட்
6. அள்ள அள்ளப் பணம் - 7 - தங்கம்
7. அள்ள அள்ளப் பணம் - 8 - இன்சூரன்ஸ்
8. அள்ள அள்ளப் பணம் - 9 - கடன்
9. ஷேர் மார்க்கெட் சீக்ரெட்ஸ்
10. பங்குகளில்பணம்
11. பங்கு சந்தை என்றால் என்ன
12. Bulls and Bears - All about Shares
13. ஷேர் பசார் சீக்ரெட்ஸ் (ஹிந்தி)

வியாபாரம்

1. நம்பர் 1 சேல்ஸ்மேன் (சிறந்த விற்பனையாளர் ஆவது எப்படி?)
2. பணமே ஓடி வா
3. வியாபாரத்தில் வெற்றி - தொட்டதெல்லாம் பொன்னாகும்
4. பணம், சில ரகசியங்கள்
5. பணம் சந்தேகங்கள் விளக்கங்கள்

6. நேர்மையாக சம்பாதிக்க இவ்வளவு வழிகளா!
7. எந்தத் தொழிலிலும் ஜெயிக்கலாம்

நிர்வாகம்

1. ஆளப்பிறந்தவர் நீங்கள் (தலைமைப் பண்புகள்)
2. காலம் உங்கள்காலடியில் (நேர நிர்வாகம்)
4. உலகம் உன் வசம் (கம்யூனிகேஷன்) 5. உறுதி மட்டுமே வேண்டும் (கமிட்மெண்ட்)
6. உறவுகள் மேம்பட (Managing People)
7. சிறந்த நிர்வாகி ஆவது எப்படி?
8. மேனேஜ்மென்ட் குரு கம்பன்
9. வீட்டுக்கணக்கு
10. நேரத்தை உரமாக்கு (காலம் உங்கள் காலடியில் - 2)
11. சிக்ஸர்: நிர்வாக உத்திகள்

பொருளாதாரம்

1. நாட்டுக் கணக்கு
2. நாட்டுக்கணக்கு - 2
3. அதிர்ந்த இந்தியா
4. அவசரம்- உடனடியாக செய்யவேண்டிய சமூக பொருளாதார மாற்றங்கள்

மாணவர்களுக்கு

1. மன அழுத்தம் விரட்டலாமா
2. இந்தமுறை நீதான்
3. நீங்கள் அசாதாரணமானவர்
4. You are Extraordinary
5. திட்டமிடுவோம் வெற்றிபெறுவோம்

மற்றவை

1. எங்குமிருப்பவர் (சாய் சரிதம்)
2. கே பாலசந்தர்- வேலை டிராமா சினிமா
3, நல்ல மனம் வாழ்க
4. மகிழ்ச்சியாக வாழுங்கள்
5. அப்பா, மகன் - நெருக்கமும் நெருடல்களும்

புதினம்

1. நெஞ்சமெல்லாம் நீ
2. பட்டாம்பூச்சிகளின் கண்ணாமூச்சி காலம்
3. ஜெமினி சர்க்கிள்

www.ingramcontent.com/pod-product-compliance
Lightning Source LLC
LaVergne TN
LVHW100300051026
849517LV00006B/2152
9789395222426